உருமாற்றம்

(சிறுகதைகள்)

ஜனநேசன்

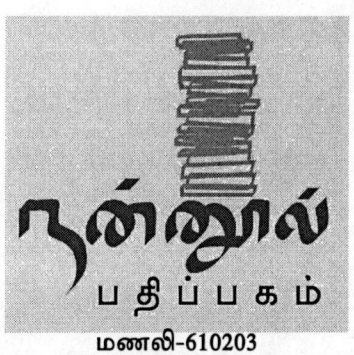

நன்னூல் பதிப்பகம்
மணலி-610203
திருத்துறைப்பூண்டி

உருமாற்றம்

நூலாசிரியர்: **ஜனநேசன்** ©
முதல் பதிப்பு: டிசம்பர்-2024
பக்கங்கள்: 162
உரிமை: ஆசிரியருக்கு

வெளியீடு:
நன்னூல் பதிப்பகம்
தொடர்பு எண்: 99436 24956
மணலி, திருத்துறைப்பூண்டி - 610 203
nannoolpathippagam@gmail.com

விலை ரூ.200

Urumatram

Author: **Jananesan** ©
First Edition: December-2024
Pages: 162
ISBN 978-93-94414-62-4
Published by:
Nannool Pathippagam
Contact No. 99436 24956
Manali, Thiruthuraipoondi - 610203
nannoolpathippagam@gmail.com

Price ₹ 200

அட்டை - உள்பக்க வடிவமைப்பு: சு. கதிரவன்

Printed at : ASX Printers, Chennai - 5.

சமர்ப்பணம்

சக உயிர்கள் பால் அன்புகொண்டு
சமூக மாற்றத்தை விரும்பி உழைக்கும்
அனைவருக்கும்!

என்னுரை

வாழ்க்கை ஒரு புதிர்! கற்பனையில் நினைக்காததைக் கூட நிகழ்த்திக் காட்டும். சிலரை களிப்பூட்டும்; சிலரை கவலையில் ஆழ்த்தும்! சிலரைப் பலவானாக்கும். சிலரை நோயில் வீழ்த்தும்! தீராத நோயினிடையேயும் நாளை வாழ்வேன் என நம்பிக்கையோடு செயலாற்றவும் தூண்டும்! வாழ்க்கையின் மகிமையை சொல்லி முடியாது. இப்புதிரான வாழ்வைத் திட்டமிட்டு வாழ் வோரும் உண்டு. திட்டமின்றி அதன் போக்கில் வாழ்ந்து கழிப்போரும் உண்டு.

இப்படியான வாழ்கையினூடே வாழ்ந்து சகமனிதர் களோடு ஊடாடி, உறவாடி உற்ற அனுபவங்களை, கற்ற பாடங்களை, கண்டவற்றை, கேட்டவற்றை, காண விரும்பியதை மறுபடைப்பாக்கி, நான் தருவதே இத்தொகுப்பில் உள்ள கதைகள். எனது அலுவல் சார்ந்த வாழ்க்கையும் அன்றாட பயணத்தில் கட்டமைந்தது; ஆகையால் இத்தொகுப்பில் உள்ள பல கதைகள் பயண அனுபவங்களில் முகிழ்த்தவை. அன்பையும், நேசத்தையும் உணர்த்துபவை. இப்படைப்புகள் இதழ்களில் வெளிவந்த போது வாசகர் மத்தியிலும், சக படைப்பாளிகள் மத்தியிலும் பேசப்பட்டவை!

எனது இந்த பத்தாவது சிறுகதைத் தொகுப்பான "உருமாற்றம்" என்ற தொகுப்பின் கதைகளை வெளியிட்ட

உயிர் எழுத்து, செம்மலர், தாமரை, தினமணிகதிர், பேசும் புதிய சக்தி, புதிய ஆசிரியன், வையம், கி.ரா. வின் கதைசொல்லி, தளம், சிறுகதை காலாண்டிதழ் போன்ற அச்சிதழ் ஆசிரியர்களுக்கும், வாசக சாலை, புக்டே. இன் இணைய தள ஆசிரியர்களுக்கும், வாசித்த வாசகர்களுக்கும், சக படைப்பாளிகள் அகிலன் கண்ணன், பாவண்ணன், தேனி சீருடையான், உஷா தீபன், கா.சி. தமிழ்க்குமரன் ஆகியோருக்கும் நன்றி. எனது படைப்புகளை வாசித்து தனது முகநூல் பக்கங் களில் பதிவிட்டு வரும், திரு.லோ. பாலமுருகன் [எழுத்தாளர் அமரர் அகிலன் அவர்களின் பேரர்] அவர்களுக்கு சிறப்பு நன்றியினை பகிர்கின்றேன்.

இந்நூலின் கதைகளை எழுதவும், வசிக்கவும், வாசிக்கவும், நினைத்த இடத்துக்கு பயணப்படவும், உற்ற துணையாக இருக்கும் எனது துணைவியார் விஜயலட்சுமிக்கும், மூத்த புதல்வர் *R.V.* கர்ணன், *IAS,* மருமகள் பிரியங்கா கர்ணன், *IAS,* பேரன்கள் ஷவ்ரியா கௌதம், கவின் மித்ரா, இளைய புதல்வன் *Dr.R.V.* நிரூபன் பாரதி, மருமகள் *Dr.* ஜனனி நிரூபன், பேரன் அகில் ஆகியோருக்கும் நன்றி சொல்லக் கடமைப்பட்டுள்ளேன்.

இந்த பத்தாவது கதைத் தொகுப்பினை கருத்துடன் வெளியிட்டு, உலகோர் கவனம் பெறச் செய்யும் நன்னூல் பதிப்பாளர் திரு. மணலி அப்துல் காதர் அவர் களுக்கும் அழகுற அச்சிட்டு கட்டமைத்த அச்சக நண்பர் சு. கதிரவனுக்கும், இந்நூலை வாங்கி வாசித்து கருத்திடும் வாசக நேயர்களுக்கும் நன்றி சொல்லக் கடமைப் பட்டுள்ளேன்.

அன்புடன்,

- ஜனநேசன்

rv.jananesan89@gmail.com
7989370556

உள்ளே

1. உயிர்ப்பிக்கும் நினைவுகள் ... 9
2. எடைக்கு எடை ... 17
3. கயறு ... 21
4. சோகச் சக்கரம் ... 25
5. உயிர் வளர்த்தல்... ... 35
6. "கானர் பானா..." ... 38
7. கிளை தாவும் வேதாளங்கள் ... 53
8. கேள்வி ஞானம் ... 67
9. தத்துப்பிள்ளைகள் ... 78
10. தடம் புரளுமுன்னே... ... 93
11. இணையும் இறக்கைகள் ... 100
12. உருமாற்றம் ... 107
13. நேர்தல் ... 116
14. பார்வை ஒன்றே போதுமோ...? ... 125
15. பிறிதின்நோய் ... 146
16. பூக்கும் தழும்பு ... 150
17. மதயானை புகுந்த தோட்டம் ... 156

ஆசிரியர் எழுதிய பிற நூல்கள்

கவிதை:	ஆலிவ் இலைகளேந்தி (1993), சூரியானைக் கிள்ளி - ஹைகூ நூல் (2003), மஞ்சள் சிலுவை (2004), "PINCHING THE SUN" ஹைக்கூ நூல் ஆங்கில பெயர்ப்பு (2022)
கட்டுரை:	கே.முத்தையாவின் வாழ்வும் பணிகளும், கி.ரா.வின் காயிதங்கள் தொகுப்புநூல். "கந்தர்வன் படைப்புலகம்" (அன்னம் வெளியீடு) இந்திய இலக்கிய சிற்பிகள் - கந்தர்வன் (சாஹித்ய அகதமி வெளியீடு)
சிறுகதை:	1. வரிசை (1998); 2. ஆளுமை (2006) 3. வாஞ்சை (2009); 4. கண்களை விற்று (2012); 5. புத்திக் கொள்முதல் (2015); 6. காரணம் அறிகிலார் (2019); 7. காத்திருப்பு (2021); 8. சொல்லப்படாத கதைகள் (2022); 9. மனப்பிசைவு (2023)
புதினம்:	ஏலோலம் (2022); மின்னுவதெல்லாம் (2013)
குறும்புதின தொகுப்பு:	தெளிவு (2022)

1. உயிர்ப்பிக்கும் நினைவுகள்

இன்றைக்கு ஜனவரி 23 - நேதாஜி சுபாஷ் சந்திரபோஸ் பிறந்தநாள். கம்பீர மாக நாள்காட்டியில் தோன்றினார். எனக்கு காளியம்மாளை பார்க்கணுமுன்னு மனம் துடித்தது. நேதாஜிக்கும், காளி யம்மாளுக்கும் என்ன சம்பந்தமுனு கேட் கிறீங்க. சொல்றேன்.

1983 இல் மதுரை கோ.புதூர் மண்மலை மேட்டு தெருவில் ஒரு அட்டைபெட்டி தயாரிக்கும் கம்பனியில் மேனஜராக ரெண்டுவருஷம் வேலை பார்த்தேன். மன்னார் அன் கம்பனியான்னு கேட் கிறீங்க? ஆமாம், ஏறக்குறைய மன்னார் அன் கம்பனி தான். கம்பனியில கரண்ட் கட் நேரத்தில் வாசலில் இருக்கையைப் போட்டு அமர்வதுண்டு. முன்வீட்டு வேப்பமரக்காற்று இதமாக வெக்கையைத் தணிக்கும். அப்போது எதிர்வீட்டு காளி யம்மாள் தனது பலசரக்குக் கடையிலிருந்த கொண்டுவந்த பருப்பு வகைகளில் ஒன்றை

முறத்தில் பரப்பிக் கல் பொறுக்கிக் கொண்டே என்னுடன் பேசும். அப்படி ஒருநாள் பேசும்போது கேட்டேன்.

“ஏன் அம்மத்தா, உங்க பையன்களுக்கு பேரு இருக்குமில்லே, பெரியவனே, சின்னவனேன்னே கூப்புடுறீக, வைறீக”

“ஆத்தா, ஆத்தா, நா பொம்பிளைப்பிள்ள பெறாட்டாலும், நா பெறாத மகளோட மகனா அம்மாத்தான்னு எம்புட்டுப் பிரியமா கூப்புடுறீக, நா பதிலு சொல்லித்தான் ஆகணும். அப்பு, மூத்தவனுக்கு நேதாஜின்னும், இளையவனுக்கு சுபாஷ்போசுன்னும் பேரு வச்சோம். இவிங்க ரெண்டுபேரும் பள்ளிக்கூடத்துக்கு போகாம தெருக் காட்டுல சுத்தி திரியறானுக, அழகுபெத்த மனுஷன் பேரைவச்சுட்டு, அந்தப் பேரைச் சொல்லி வைய முடியுமா, ரெண்டடி சாத்தத்தான் முடியுமா சொல்லுங்கப்பு?”

“அம்மத்தா நேதாஜி மேல அவ்வளவு மரியாதையா”

“அப்புறம், சும்மாவா! பர்மாவுல அந்த மனுசரோட எம்பட்டுப் பேசியிருக்கிறேன்! அதெல்லாம் ஒரு காலம்” என்று நேதாஜியைப் பற்றி சொல்லத் தொடங்கினார். பட்டம்படித்த நான், நேதாஜியைப் பற்றி படிக்காததை எல்லாம் காளியம்மாளிடம் கேட்டு தெரிந்து கொண்டேன். மேலும் தேடிப் படித்தறிய ஆவல் கொண்டேன்.

●●●

காளியம்மாள் குடும்பத்தார் பர்மாவில் தோட்ட வேலை செய்வதற்காக இராமநாதபுரம் மாவட்டத்திலிருந்து வெள்ளைக்காரர்களது கண்காணிகளால் அழைத்துச் செல்லப்பட்டவர்கள். காளியம்மாளின் தந்தை ரங்கூனில் ஒரு செட்டியாரது பலசரக்குகடையில் வேலை பார்த்தார். காளியம்மாளது அம்மா மற்றும்

பெண்கள் தோட்டவேலைக்குச் சென்றனர். பத்து வயது சிறுமி காளியம்மாள் வாரத்தில் மூணு நாள் பள்ளிக்குப் போவாள். மூணுநாள் அம்மாவுடன் தோட்டவேலைக்கு போவாள். பிரிட்டிஷ்துரை குறைந்த கூலிக்கு கடுமையாக வேலை வாங்கினான். அட்டைக் கடியிலும், விஷப்பாம்புக் கடியிலிருந்தும் எப்படி விடுதலை பெறுவது என்று ஊரிலிருந்து கொண்டுவந்த மாரியாத்தாளிடம் அழுது ஆறுதல் தேடினர்.

இந்த சமயத்தில் ஜப்பான்காரன் பர்மா மீது படை யெடுத்து வந்து பிரிட்டீஸ்காரர்களை விரட்டினான். புலம்பெயர்ந்து வந்த இந்தியர்களுக்கு ஆறுதலாக உணர்ந்த தருணத்தில் இன்னொரு விபரீதம் நேர்ந்தது. ஜப்பான்காரன் பர்மாவிலிருந்து தாய்லாந்து வழியாக கிழக்கு நாடுகளுக்கு சரக்குகளைக் கொண்டு செல்ல நீண்ட ரயில்பாதை அமைத்தான்.

ரயில்பாதை அமைக்கும் பணியில் இந்தியர்களை அடித்து மிரட்டி துப்பாக்கி முனையில் வேலை வாங்கினான். வெள்ளைக்காரர்களது தோட்டத்தில் வேலை செய்யும்போது அட்டை இரத்தம் குடித்தது. ஜப்பான்காரன் ரயில்பாதை போடச் செய்ய துப்பாக்கிக் கொண்டு உயிரை எடுத்தான். அக்கம் பக்கத்தார் பலர் இறந்தனர். அவர்களது குடும்பங்கள் ஆதரவின்றி தவித்தன. அவர்களுக்கு அண்டைவீட்டுக்காரர்கள் தான் உதவினர்.

இந்தக் காலகட்டத்தில் நேதாஜி, இந்திய தேசிய இராணுவத்திற்கு ஆள்சேர்க்கவும், நிதி திரட்டவும் வந்தார். தமிழர், தெலுங்கர் மத்தியில் அவரவர் மொழியில் பேசி ஆஸாத் இந்திய இராணுவத்திற்கு ஆள் சேர்த்தார். அவரது முகத்தின் கம்பீரமும், ஈர்ப்பான பேச்சும் பர்மாவாழ் இந்தியர்களைக் கவர்ந்தது. தமிழ் நாட்டிலிருந்து போன முதலாளிகள் கணிசமாக நிதி அளித்தனர்.

நேதாஜியின் மாலைநேரக் கூட்டத்திற்கு போனபோது, காளியம்மாள் அப்பாவிடம் சொன்னாள்; "ஏப்பா, சப்பான்காரன் ரயில்பாதை வேலைக்கு இழுத்துட்டுப் போயி நம்மாளுகளை உசுரோடக் கொல்றான். அவனுக்கு ஆதரவா நம்ம இந்தியர் படையை திரட்டுறாரே நேதாஜி? இது தப்பில்லையா?"

"அட, வாயாடிச் சிறுக்கி, வயசுக்கு ஏத்தமாதிரி வாயை மூடிக்கிட்டிரு" என்று காளியம்மாளின் கன்னத்தில் அப்பா அறைந்துவிட்டார். காளியம்மாள் வாயைப் பொத்திக்கொண்டு விம்மினாள். இதைக் கூட்டத்தில் மக்களின் ஊடாக வந்த கேப்டன் லட்சுமி கவனித்து விட்டார். விரைந்து சென்று காளியம்மாளை அணைத்துக் கொண்டு, முத்துராமைக் கடிந்து கொண்டார்.

"அந்தப்பெண் வாயாடியல்ல. சக மனுசர்கள் பேசுவதைக் கேட்டுதான் சொல்லியிருக்கிறாள். அவள் சொல்வதில் தவறில்லை. பிரிட்டிஸ்காரர்களை விரட்டவந்த ஜப்பானியர்கள் இந்தியர்களை கொடுமைப் படுத்தி வேலை வாங்குவதும், இரக்கமில்லாமல் கொல்வதும் தவறு என்று நேதாஜியும் நாங்களும் உணர்கின்றோம். இது தொடர்பாக இட்லரிடம் பேசி ஜப்பானியருக்கு உத்தரவிட வற்புறுத்த இந்தவாரம் நேதாஜி ஜெர்மனி போகிறார். எல்லாம் நல்லபடி நடக்கும். பிரிட்டீசாரை இந்தியாவிலிருந்தும் விரட்டப் போகிறோம். அதற்கு உங்க ஒத்துழைப்பை வேண்டத்தான் இன்றைய கூட்டத்தில் நேதாஜி பேச இருக்கிறார்" என்ற கேப்டன்லட்சுமி காளியம்மாளின் கண்களைத் துடைத்துவிட்டு உன் பேர் என்னம்மா என்று அக்கறையோடு பேசினார்.

காளியம்மாளின் துடிப்பான பேச்சைக் கேட்டு, தென்னாப்பிரிக்காவில் காந்திஜிக்கு தில்லயாடி வள்ளியம்மை வாச்சது மாதிரி, எங்களுக்கு ராம்நாட் காளியம்மா கிடைச்சிருக்கா. அவ எங்க கூடவே இருக்கட்டும்

என்று காளியம்மாளை மேடைக்கு அழைத்துப் போனார். நேதாஜி அவளது கைகளைக் குலுக்கி உற்சாகப்படுத்தினார். இதை நினைவுகூர்ந்த காளியம்மா, "முகத்தில் கைத்தண்டி மீசை வச்சவனல்லாம் தொடை நடுங்கிய காலத்தில் மீசையில்லா முகத்தில் கம்பீரத்தோட பிரிட்டீஸ்காரங்களுக்கு எதிரா படைதிரட்டினார். அவுரு மேடையில பேசுனா தீ பறக்கும்! கீழே சனங்க ளோட சனங்களா உட்கார்ந்து பேசினா அன்பும், அக்கறையும் கருணையும் வடியும். இவரையா நான் அப்படிப் பேசினேன் என்று எனக்கு நானே நொந்துக்குவேன்".

ஆயிரக்கணக்கான பர்மா, மலேசியாவாழ் இந்தியர் களைப் படையில் சேர்த்து இந்தியா எல்லைநோக்கிச் சென்றது. போர்முனையில் இந்தியாவிலிருந்து பிரிட்டீஷ் தரப்பில் களத்தில் இந்தியவீரர்களே நின்றனர். இது நேதாஜியின் ஆஸாத் இந்திய இராணுவ வீரர்களுக்கு அதிர்ச்சியை அளித்தது. நம் தாய்நாட்டு வீரர்களை நாமே எப்படி சுட்டுக்கொல்வது என்று தயக்கம் தெரிவித்தனர்.

"நம் நாட்டுக்குள் ஒரு பூர்வீகநில உரிமைப் பிரச் சினையில் இரு ஊர்க்காரரர்கள் மோதிக் கொள்ளும்போது எதிர்தரப்பில் உங்கள் உறவினர் சிலர் உங்களுக்கு எதிராக வந்தால் உரிமையை விட்டுக் கொடுத்துருவீங்களா? இப்போ நம் ஆஸாத் இந்தியவீரர்கள், நமது தாய்நாட்டு சகோதரர்களுக்கு எதிராக போரிடத் தயங்குவதில் ஒரு நியாயம் உண்டு என்றால், இதேபோல் நம் இந்திய ஆஸாத் இராணுவத்துக்கு எதிராக போரிட, பிரிட்டீஷ் தலைமையின் கீழ் உள்ள இந்தியவீரர்களும் தயக்கம் தெரிவிக்க வேண்டுமல்லவா?

அப்படி அவர்கள் இரத்த உறவை தெரிவிக்காதபோது நாம மட்டும் பிரிட்டீஸாரின் பிரித்தாளும் சூழ்ச்சிக்கு

இரையாகணுமா? போர்க்களத்தில் இரத்த உறவு பார்க்கக் கூடாது என்று மகாபாரதத்தில் ஸ்ரீகிருஷ்ணனே சொல்லி இருக்கிறார். இந்திய விடுதலைதான் முக்கியம், தயங்காமல் துப்பாக்கியை ஏந்துங்கள் சகோதரர்களே" என்று நேதாஜி மைக்கில் அறைகூவல் விடுத்தார். ஆஸாத் இந்தியராணுவம் வீறுகொண்டு பிரிட்டீஷ் படையை விரட்டிக்கொண்டு கொஹிமாவை நோக்கி முன்னேறியது.

இந்தத் தருணத்தில் இட்லரின் இராணுவம் சோவியத் ரஷ்யாவின் செஞ்சேனையிடம் தோல்வியடைந்த செய்தி பரவியதும், ஜப்பான் இராணுவம் சரணடைந்தது. ஜப்பானின் இணைப் படையாக நேதாஜி வழிநடத்திய ஆஸாத் இந்திய இராணுவமும் சரணடைய நேர்ந்தது. ஆஸாத் இராணுவத்தினரை களைத்துவிட்டு மக்களோடு மக்களாக கலந்துகொள்ளச் சொன்னார். தான் பிரிட்டீ சாரிடம் சிக்காமல் தவிர்க்க ஜப்பானிய விமானமேறி நேதாஜி தைப்பெய்க்கு போகையில் விமான விபத்தில் சிக்கி இறந்துபோனதாகத் தகவல் வந்தது.

இந்தப் போருக்குப்பின் 'பழைய குருடி கதவைத் திறடி'ன்னு மலாய், பர்மா வாழ் இந்தியர்கள் மீண்டும் பிரிட்டீஷ்துரைகளின் தோட்டங்களில் வேலைசெய்ய வேண்டியதாயிற்று. ஆனால் பிரிட்டீஷ் துரைமார் முந்திமாதிரி அதிக கெடுபிடியில்லாமல் வேலை வாங்கினர். இந்தியாவில் சுதந்திரப் போராட்டம் வலுவாக நடந்தது. பர்மா வாழ் இந்தியர்களுக்கு ஆறுதலாக இருந்தது. இங்கும் காந்திஜி பற்றி உற்சாகமான செய்திகள் உலவின.

காளியம்மாள் இவ்வளவு விவரமாக சொல்லாவில்லை. அவர் நேதாஜியைப் பற்றி சொல்லும்போது அவரது நெஞ்சின் ஆழத்திலிருந்து, வெற்றிலையில் சிவந்த உதடுகள் துடிக்க வந்த வார்த்தைகளுக்கு இணையாக

காளியம்மாளின் காதுகளில் தொங்கிய தண்டட்டிகள் வழிமொழிந்து பின்பாட்டு பாடுவதுபோல் ஆடின. இந்த மெய்ப்பாடு என்னை நேதாஜியை பற்றி தேடிப் படிக்கத் தூண்டியது.

' இந்தியாவில் பிரிட்டிஷ் ஆதிக்கத்திற்கு எதிராகப் போராடிய நேதாஜி, உலகையே ஆதிக்கம் செய்ய துடித்த ஜெர்மானிய இட்லருடன் சேர எப்படி ஒப்புக்கொண்டார்' என்ற கேள்வி எனக்குள் எழுந்தது. அவரைப் பற்றி வாசிக்க வாசிக்க, ' நம் எதிரிக்கு, எதிரி நமக்கு நண்பன் 'என்ற உத்தியை நேதாஜி கையாண்டார் என்று தெளிந்தேன். இன்று நேதாஜி பிறந்தநாள் என்ற நாள் காட்டித் தகவல் காளியம்மாளை மீண்டும் பார்த்து பேசத் தோன்றியது.

நான் காளியம்மாளை சந்தித்தபோது, அவருக்கு ஐம்பத்திரண்டு வயசிருக்கும். இப்போ நாற்பதுவருஷம் கடந்துவிட்டது. அவர் இருக்கிறாரா இல்லையான்னு தெரியவில்லை. மனதில் எழுந்த துடிப்பு அடங்கவில்லை. பஸ் ஏறிவிட்டேன்.பர்மா அகதிகளுக்காக ஒதுக்கிய மண்மலைமேட்டில் குடிசைவீடாக இருந்த இடத்தில் இரண்டடுக்கு மாடிவீடு இருந்தது. வீடு அடையாளம் காணுவதில் சிரமம் இருந்தாலும் எனது கால்கள் அந்த வீட்டின்முன் நகராமல் நின்றன.

"அம்மா, காளியம்மா இருக்காங்களா?" என்றேன். ஐந்துவயது பெண் வெளியே வந்தாள். "எங்க அப்பத்தாப் பாட்டிக்கு உடம்பு முடியலை. பார்க்க வந்தீங்களா அங்கிள்."

எனக்குள் உயிர்ப்பு வந்தது. துணிந்து நுழைந்தேன். மருமகள் விளக்கை ஒளிரவிட்டாள். கட்டிலில் படுத் திருந்த காளியம்மாள் அருகே ஒரு இருக்கையைப் போட்டு அமரச்சொல்லி, "அத்தே யாரோ ஒரு அண்ணன் உங்களைப் பார்க்க வந்திருக்கிறாக" என்று

அவரது காதருகே சொன்னாள். இலைகள் உதிர்ந்த பருத்திமார் கணக்கா உடல் சுருங்கி படுத்திருந்தார். பீளை படர்ந்த கண்களை திறக்க முயன்றார். நான் அவரது வலதுகையைப் பற்றினேன்.நாடி கட் கட்னு பேசியது.

"அம்மத்தா அட்டைக்கம்பனி மேனேஜர் வந்திருக்கேன், நல்லா இருக்கீங்களா அம்மத்தா...?"

"ம்ம்ம் இருக்கேன். பேராண்டி, உன்னை நினைச்சுக் கிட்டிருந்தேன். வந்திட்டே. நேதாஜி, கேப்டன் லட்சுமிம்மா நல்லா இருக்காகளா?" என்ற உலர்ந்த சன்னமான குரலில் பேசினார். உதடுகளை ஈரப்படுத்திய நாக்கு உள்ளே இழுத்துக் கொண்டது. காளியம்மாளின் கைநாடி துடிப்பு வேகமாக பேசின. அவருள்ளும் போர் உச்சத்தில் நடப்பது போலிருந்தது.ஐந்தாவது நிமிடத்தில் கண்கள் மூடிக்கொண்டன. துடிப்புகள் அடங்கி, உடல் குளிர்ந்தது. காளியம்மாளின் மருமகள் என்கையில் பாலைக் கொடுத்து காளியம்மளுக்குக் கொடுக்கச் சொன்னாள். காளியம்மாளின் வாய் கிட்டி பால் சிந்தியது. தலைமாட்டில் மருமகள் விம்மலோடு அகல்விளக்கு ஏற்றினாள். காளியம்மாவின் ஆன்மாவாக சுடர்ந்த ஒளி அசைந்து அலைந்து வாழ்த்தியது.

– உயிர் எழுத்து ஜூன்–2024

2. எடைக்கு எடை

ஊருக்கு கிழக்காக ஒதுங்கிய சமத்துவ புரத்துக்குள் வெள்ளைக் கார்கள் மூன்று சரசரவென்று நுழைந்தன. அக்கம்பக்கத்தார் அதிர்ந்து வெளியே வந்து பார்த்தனர். சின்னான் வீட்டுக்கு முன் கார்கள் நின்றன. பட்டுசட்டை பட்டுவேட்டி சரசரக்க இளைஞர் இறங்கி முன் நடந்தார்.கூடவந்த சபாரி பேன்ட்டுகளை வெளியவே நிறுத்திவிட்டு மாப்பிளைக் கோலத்தவர் மட்டும் வீட்டுக்குள் நுழைந்தார். சின்னான் கட்டிலில் படுத்திருந்தார். “தாத்தா என் கல்யாணத்துக்கு வந்து வாழ்த்தாம நீங்க மட்டும் இங்கேயே படுத்திருக்கீங்களே. என் மேல கோவமா தாத்தா.”

“கோவமெல்லாம் இல்லை கண்ணு. நீ வந்து கூப்பிடனும்னுதான். அங்கே வந்தா உங்கிட்ட தனியா பேச வாய்க்காது. இன்னிக்கு விட்டா வேற சந்தர்ப்பமும் கிடைக்காது. இந்த தாத்தன் பேரனை ஓரண்டி ஒட்டாரம் பண்றதுக்கு என்ன இருக்கு, சொல்லு.”

மாப்பிளை தாத்தாவின் முன் இருந்த இருக்கையில் உட்கார்ந்தார்.ஒரு சபாரி தலையை நீட்டி, கைப்பேசியைக் காட்டியது. நிமிர்ந்து உட்கார்ந்த தாத்தா, “என்ன முகூர்த்தநேரம் நெருங்குதுன்னு உன் பி.எ சொல்றாரோ. அவருட்ட சொல்லு முகூர்த்த நேரமெல்லாம் நம்ம சௌகரியத்துக்கு வச்சுக்கிறது தான். எங்க காலத்தில் முகூர்த்தநேரம், பகல்ல விவசாய வேலைகளை முடிச்ச பின்ன இராத்திரி நேரம் தான். இல்லாட்டி அதிகாலை கோழி கூப்பிட்றநேரம் தான். பகல் முகூர்த்தம் எல்லாம் இல்லை. எல்லாம் அய்யரு வசதிக்காக வச்சுகிட்டது.”

“அய்யரில்லாம, நீங்க மாலை எடுத்துத் தர, நாங்க மாலை மாத்திக்கிற கல்யாணம்.நேரம் போனா பரவா யில்லை தாத்தா. நீங்க சொல்ல நினைச்சதை சொல்லுங்க, உங்களுக்காக காத்திருக்கிறோம்.”

“உங்க அப்பா நாகராம் கிட்டே சொல்லியிருக்கேன். உன்கிட்டவும் சொல்லணுமில்லே. பெரியார்-மணி யம்மை ஞாபகமாத்தான் உனக்கு மணிராம்னு பேரு வச்சோம்.ஆயிரத்து தொள்ளாயிரத்து அறுபத்து நாலில் கரூர் காமராசர் ரோட்டுல ஒரு மண்டபத்திலே பெரியார் பிறந்தநாள் விழா கொண்டாடினாங்க. பெரியார் வந்திருந்தார். வசதியானவங்க பெரியாரது எடைக்கு எடை சில்லறை நாணயங்கள் கொடுத்தாங்க. சிலர் எடைக்கு எடை வெங்காயம் கொடுத்தாங்க. சிலர் வாழைப்பழம் கொடுத்தாங்க. பெரியார் பேச எந்திருச் சார். நானும், என் கூட ரெண்டு துப்புரவு பணியாளர் களும் துண்டுல சில்லறைக் காசுகளை எடுத்துகிட்டு போய் நின்னோம். பீச்சாங்கை பக்கம், கருப்பும் மஞ்சளும் கலந்து ஆளுசர நாய் ஒருச்சாண் நாக்கைத் தொங்கபோட்டு பயமுறுத்துச்சு. சோத்தாங்கைபக்கம் ஏற்பாட்டாளர்கள் எங்களை பெரியாரண்டை போகவிடாமா தடுத்தாங்க. கருப்புசட்டையிலிருந்த பெரியார் அவர்களை அதட்டி, எங்களை அவரருகில்

வர அனுமதிச்சார்.

நான் மைக்கருகே நின்னு, "அய்யா வணக்கமுங்க. நாங்க ரெட்டவாய்க்கா குடியிருப்பில இருக்கிற துப்பரவு தொழிலாளிகங்க. எங்கனால உங்க எடைக்கு எடை காசு கொடுக்க முடியலைங்க. கோவிச்சுக்காதீங்க. உங்க கைத்தடி எடைக்கு ஏழைக எங்கனால ஏண்ட காசை தர்ரோமுங்க, உங்க தடியை அந்தத் தட்டில் வைங்கய்யா."

"இது என்ன தோழரே புதுப்பழக்கம்?"

"அய்யா கும்புடுறோம். கோவிச்சுக்காதீக. நீங்களும் தடி வச்சிருக்கிரீக. காந்தியும் தடி வச்சிருந்தார். அவரு மதத்தில், பக்தியில் தடுமாறினார். உங்க தடி தடுமாறலை. உங்கத்தடி மதவாதிகளை விரட்டி எங்களை மாதிரி எளியதுகளுக்கு துணை நிற்குது. அதனால, இந்த ஏழைகளுக்கேத்த எள்ளுருண்டை. இந்தத் தடி எடைக்கு எடை காசு தர்றோம். ஏத்துக்குங்க."

"தோழர் சொல்ற விளக்கம் நல்லாயிருக்கு. விதி விலக்கா ஏத்துக்கிறேன். ஆனா மற்ற தோழர்கள் எனது எடைக்கு எடை பொருள் கொடுப்பதை தொடரனும். பொருள் வாங்குவது, நமது இயக்க கொள்கைவிளக்க செலவுக்கன்றி, இந்த ராமசாமி செலவுக்கல்ல என்பது உங்களுக்கு நல்லா தெரியும். சரி தோழரே, நீங்க சொல்ல வந்ததை சீக்கிரமா சொல்லுங்க, நான் முக்கியமான சிலவிவரம் பேசணும்."

"ஆகட்டுமுங்கய்யா. நாங்க காமராசர் ரோட்டுலவுள்ள பெரிய கக்கூசில் பீயள்ளி, பீகிடங்குல சேர்க்கிறோம். எங்க பொம்பிளைக பொம்பிளைக் கக்கூசில் பீ அள்ள, நாங்க நரகல்ல பிழைக்கிறோம். பீயள்ளுறப்ப, சோறு திங்கிறப்ப, உறங்குறப்ப நாத்தத்தை மறக்குறதுக்கதான் குடிக்கிறோம். தப்பா நினைச்சுக்காதீங்கய்யா. உங்க சிநேகிதரு காமராசரிட்ட சொல்லி, நவீன கக்கூஸ்

தெருக்கு தெரு கட்டச் சொல்லுங்க. எங்களுக்கு நரகல் நாத்ததிலிருந்து விடுதலை தரச் செய்யுங்க. அம்புட்டுதான் நாங்க சொல்ல வந்தது. எங்க சனங்களுக்கு கட்டாயம் செய்யணும்.நன்றிங்கய்யா"

பெரியார் எந்திரிச்சார். "தோழர்களே, இந்தத் தோழர் தன் தொழிலைப்பற்றி பேசினப்ப, பலரு முகம் சுளிச்சீங்க. நான் கவனிச்சேன். தமிழன் விழிச்சு உருப் படணும்னு, நான் மூத்திரைப்பையை சுமந்து அலை கிறேன். தோழர்கள் கூச்ச நாச்சம் பார்க்காம நாம கழிச்ச மலத்தை தூக்கி சுமக்கிறாங்க. ஒருவகையில் இந்தத் தோழர்கள் நம்மைவிட பெரியவர்கள், உயர்ந்த வர்கள். இவர்களுக்காக நான் காமராசர் கிட்ட அவசியம் பேசுவேன்" என்று சொல்லி எங்களுக்குத் துண்டு போர்த்தி மரியாதை செய்தார். நாங்க கீழே வந்து ஓரமா இருந்த சேரில் உட்கார்ந்து பெரியார் பேசுறதைக் கேட்டோம்.

பெரியார் நினைவா உங்கப்பனுக்கு நாகராமுன்னும், பேரன் உனக்கு மனிராம்ன்னும் பேர் வச்சேன். நீ எங்க பேரைக் காப்பாத்தி படிச்சு கலக்டராயிட்டே. பதவி அந்தஸ்து வந்ததும், தேடிவந்த உசந்த சாதி சம்பந்தங்களை மறுதலிச்சு, ஒன் மனசுப்படி ஒரு காஸ்மீர பழங்குடி பெண்ணைக் கட்டிக்கப் போறே. சந்தோசம். உன் வாழ்கைப்பூராம் அய்யா சொல்லிக் கொடுத்த பகுத் தறிவு, சுயமரியாதை, மனுசவாஞ்சை, சமதர்மத்தை விட்டுறக் கூடாது. இதை தனிப்பட்ட முறையில் தான் சொல்லன்னுமுனு காத்திருந்தேன். இதோ நீ வாங்கி கொடுத்த வேட்டி துணிகளை கட்டிக்கிட்டு வாறேன். உன்னை எல்லாரும் வாழ்த்தறதை வந்து பார்க்கிறேன்."

– மே–2024 செம்மலர்

3. கயறு

அந்த மேநிலைப்பள்ளி தலைமயாசிரியர் அறைக்குள் அனல் தகித்தது. மாணவர்கள் கையில் சாதிக்கயறு கட்டி வருவதைத் தடுப்பது குறித்து ஆலோசனைக் கூட்டம் நடந்து கொண்டிருந்தது.பல பெண்ணாசிரி யர்கள் வீட்டுக்குப் போக நேரமாகிறதே என்று கண்கள் கைகடிகார முள்களோடு பிணைத்து பெருமூச்சு விட்டு மௌனித் திருந்தனர். ஒன்பதாம் வகுப்பு தமிழா சிரியை "அய்யா, இந்தப் பசங்களை ஒழுங்கா முடிவெட்டிட்டு வரச்செய்யணும் அய்யா. தலையைச்சுற்றி ஒட்டவெட்டி, அதில வெள்ளையா ரோடு போட்ட மாதிரி வகிடுட்டு, உச்சந்தலையில் தோப்புக்கணக்கா அடர்த்தியா வளர்ந்த முடி தாறுமாறா உளைஞ்சு கிடக்கற மாதிரியும் கிராப் வச்சிகிட்டு வர்றானுங்க. தலை நீலகிரி மலைரோடு மாதிரி தெரியுது!" சிலர் மெல்ல சிரித்தனர்.

"எம்மா, இன்றைக்கு பேசுபொருள், பசங்க கையில சாதிக்கயறு கட்டிவர்றதைத்

தடுக்க என்ன செய்யலாங்கிறது. திசைதிருப்ப வேண்டாம். தலையலங்காரம் காலத்துக்கு காலம் மாறுறது. அதைப் பெருசுபடுத்தி தேன்கூட்டில் கல்லெறிய வேண்டாம். விஷயத்துக்கு வருவோம். சாதிக்கயறு கட்டுறதை தடுக்க யோசனை சொல்லுங்க.”

உடற்பயிற்சிஆசிரியர்; “சார், நானும், நம்மப்பள்ளி நாட்டுநலப் பணித்திட்டப் பொறுப்பாசிரியர், என்சிசி பொறுப்பு ஆசிரியரும் பள்ளிவாசலிலே நின்று கயறு கட்டி வர்றவன்களை வெளியே அனுப்புவோம். மூணு நாளைக்கு இப்படி செஞ்சா நாலாம் நாள் சரியா யிருவானுக” என்சிசி ஆசிரியரும் இதை வழிமொழிந்தார்.

நாட்டுநலப்பணித் திட்டஆசிரியை, “சார், கோவிச்சுக் காதீக. இதுல இன்னொரு சிக்கல் இருக்கு. கயறுகட்டி வர்றவனுகளை உள்ளே விடாம வெளியே அனுப்புனா, அவனுக வெளியே ஒருத்தருகொருத்தர் கேலிபேசியோ, வம்பிழுத்தோ, தெருவில அடிச்சுகிட்டானுங்கன்னா, அது தலைவலி போயி திருகுவலி வந்த கதையாயிரும்.”

“வெரிகுட், நல்லா சொன்னீங்க. பசங்க வயசுக்கு தகுந்த உளவியலோட அணுகனும். நீங்கதான் சமூகவியல் ஆசிரியர்தானே, நீங்களே நல்ல யோசனையைச் சொல்லுங்க.”

எதாவது நல்ல யோசனை சொல்லி எங்களை வெளியே விடுங்க என்பதாக நாட்டுநலப்பணி ஆசிரியை யின் முகத்தை எல்லாரும் பார்த்தனர். நாட்டு நலப்பணி ஆசிரியை வறண்ட உதடுகளை நாவால் ஈரப்படுத்தி உமிழ்நீரை விழுங்கி, சுற்றி எல்லாரையும் ஒருமுறை பார்த்தார்.

“மேடம், சும்மா தயங்காம சொல்லுங்க. உங்க யோசனை நல்லதா இருக்கும் பட்சத்தில், நிர்வாகரீதியா எல்லா உதவியும் செய்றேன்.”

"சார், நான் சொல்ற விஷயத்தை பையனுங்ககிட்ட நம்ம ஸ்டாப்க சொல்லாம ஒத்துழைக்கணும்."

"நீங்க சொல்லுங்க மேடம். தயங்காம உங்களது யோசனையைச் சொல்லுங்க.நம் நோக்கம் நிறைவேற்றுறது கூட்டுப்பொறுப்பு! அதனால நீங்க தயங்காம சொல்லுங்க மேடம்."

நாட்டு நலப்பணித்திட்ட ஆசிரியை மென்மையான குரலில் அழுத்தமாகச் சொன்னார். அவரது யோசனைக்கு எவரும் மறுப்பு சொல்லவில்லை. இந்த யோசனையை நடைமுறைப் படுத்த எல்லாரும் ஒத்துழைப்பைத் தெரிவித்தனர். மறுநாளிலிருந்து ஒவ்வொரு ஆசிரியரும் தான் சம்பத்தப்பட்ட வகுப்பு மாணவர்களையும், மாணவியரையும் மௌனமாக கவனித்தனர்.

முதல்நாள் மதியவுணவு இடைவேளைவரை மாணவ மாணவியரிடையே எந்த மாற்றமும் தென்படலை. மதிய இடைவேளைக்குப்பின் மாணவர்களிடையே முகவாட்டம் காணப்பட்டது. சிரித்துப்பேசும் மாணவியர் கலகலப்பின்றி இறுக்கமாக இருந்தனர். இரண்டாம்நாள் பள்ளிக்கு வரும் மாணவர் சிலரது கைகளில் சாதிக்கயறு காணப்படவில்லை. மதியவுணவு இடைவேளைக்குப்பின் பலரது கைகளில் சாதிக்கயறுகள் இல்லை. மதியவகுப்புகள் தொடங்கிய பின்னர் தலைமயாசிரியரும், தூய்மைப்பணியாளரும் மாணவர்களது ஒதுங்கறைகளுக்குப் போய்ப் பார்த்தனர். வண்ண வண்ண சாதிக்கயறுகள் கழிவறைக் கோப்பைகளில் கழிவோடு கழிவாகக் கிடந்தன. அதை அப்புறப்படுத்தி தூய்மைப் பணியாளர் பெட்ரோல் கொண்டு எரித்தார். இந்நிகழ்வு களை தலைமையாசிரியர் தன் திறன்பேசியில் காணொலி பதிவு செய்துகொண்டார்.

மூன்றாம்நாள் சிலரது கைகளில்மட்டுமே சாதிக்கயறு காணப்பட்டது. பிற மாணவர்கள் வலக்கை தெரியும்

உருமாற்றம் 23

வகையில் நன்றாக கைகளை வீசி நடந்தனர். பல மாண வரது முகங்கள் மலர்ந்திருந்தன. மாணவியர் முகங்களில் பெருமிதம் மிளிர்ந்தது. மூன்றாம்நாள் மதியம் மாணவர் ஒதுங்கறைகளுக்கு தலைமையாசிரியரும் தூய்மைப் பணியாளரும் சென்றனர். சில கயறுகளே கழிவறையில் கிடந்தன.

நான்காம்நாள் பள்ளிக்கு வரும் மாணவர்களது கைகள் சுத்தமாக இருந்தன. முகங்கள் மலர்ந்திருந்தன. அன்று இருபால் மாணவரிடையே இயல்பான மலர்ச்சி தெரிந்தது. அன்றுமாலை வகுப்புகள் முடிந்தபின் தலைமையாசிரியர் அறையில் கூட்டம் நடந்தது. தலைமையாசிரியர் நாட்டுநலப்பணி ஆசிரியை உள்ளிட்ட அனைத்து ஆசிரியருக்கும் நன்றி தெரிவித்தார். "பெண் களின் ஆக்கசக்தியை நமது வள்ளுவர், பாரதி, பாரதிதாசன் உள்ளிட்ட கவிஞர்கள் பாடியதின் ஓரம்சத்தை இன்று கண்கூடாகக் நாம் கண்டோம்.

சாதிக்கயறு கட்டியிருக்கும் மாணவனோடு, சகமாணவி பேசுவதில்லை என்று முடிவெடிக்க வைத்து, அதன் ஆக்கப்பூர்வ பலனை முழுமையாக சாதிக்க உதவிய அனைத்து ஆசிரியைகளுக்கும், உதவியாக இருந்து கண்காணித்த ஆசிரியர்களுக்கும் நன்றி. இப்போது நாம் இனிப்பும், காரமும், தேநீரும் அருந்துகின்றோம். நாளை மாலை அனைத்து மாணவ மாணவியருக்கும் இனிப்பு பொட்டலம் வழங்க ஆவன செய்வோம்."

– நவ. 2023, புதியஆசிரியன்

4. சோகச் சக்கரம்

இரயில் விபத்தில் பாதிக்கபட்டோரை அடையாளம் கண்டு, அழைத்து வரச் செல்லும் சிறப்புரயிலில் இவர் உட்கார்ந்தார். இவருக்கு நெருப்புமேல் அமர்ந்த உணர்வு.! இருக்கவும் முடியவில்லை, படுக்கவும் முடியவில்லை. நரகவதை.! மகனது கைப்பேசி இணைப்பு கிடைக்கவில்லை. அவனாவது பெத்தவங்க பதறுவாங்களேன்னு, அவன் இருப்பைச் சொல்லலாமில்ல..? பாவம், அவன்நிலை என்னவோ...மனம் வதைத்தது.

இதைவிட வேதனை, அருகில் இருந்தவர்கள் விபத்தில் சிக்கிய தங்கள் சொந்தங்களைப் பற்றியும், அவர்களது குடும்பநிலை, குணவாகு குறித்தெல்லாம் பேசி அண்ணம் பாரித்துக் கொண்டிருப்பது; இவரது துயரைத்தை அதிகரித்தது. பேச்சுத் துணைக்காவது மருமகனை அழைத்து வந்திருக்கலாமோ... மனத்துயரத்தை தளர்த்த பேச்சு உதவுமே!

செய்திகேட்டதும் ஈரல்குலை நடுங்கியது.மேற்குவங்க சிலிகுரி இராணுவ முகாமில் கட்டுமானப் பிரிவு அலுவலராகப் பணியாற்றும் தலைமகன், கோரமண்டல் விரைவுரயிலில் சென்னை வருவதாக தகவல் அனுப்பியிருந்தான். செய்திஊடகங்களில் வரும் தகவல்கள் பீதியை அதிகப்படுத்துகின்றனவே தவிர ஆறுதல் ஏதுமில்லை. விபத்துக்கான தவறு எந்தப்பக்கம் என்று எரிந்தகட்சி, எரியாதகட்சி வார்த்தை லாவணி அரங்கேறின. பாதிக்கப்பட்டவர்களை அடையாளம் காண உறவினர்களுக்காக சிறப்புரயில் தமிழகஅரசு ஏற்பாடு செய்துள்ளதாக ஊடேழுத்து செய்தி கீழே நகர்ந்து கொண்டிருந்தது.

பறக்கும் பட்டுப்பூச்சியை இருவிரலில் கவ்வுவதுபோல் நகரும் தொலைப்பேசி எண்களைக் குறித்து, மீட்புரயில் அலுவலருக்கு தனதுமகன் பெயர், பயணித்த பெட்டி, இருக்கை எண்ணைத் தெரிவித்து, பயண ஏற்பாடுகளை மேற்கொண்டார். மனைவி அழுதழுது உலர்ந்த செடியாகத் துவண்டு கிடந்தார். காஞ்சிபுரத்திலிருந்த மகளுக்கும், மருமகனுக்கும் தகவலனுப்பி வீட்டுக்கு வரச்செய்தார். நைந்த மனைவிக்கு பாதுக்காப்பு ஏற்பாடு செய்து, ஆறுதல் படுத்திக் கிளம்பினார்.

மருமகன் தன்னுடன் வந்தால் ஆறுதல்தான், மனைவிக்கு திடீரென உடல்நிலைப் பாதித்தால் அவளையும் காப்பாற்ற ஆள் வேணுமே! சரி, பக்கத்தில் இருப்பவர்களோடு பேசி துயராற்றிக் கொள்ளவேண்டியதுதான்!அவரவர் பேசுவதிலிருந்து இவரதுமகன் குறித்தும் நினைவுகள் பொங்கின. மகனோடு படித்தவர்கள் மென்பொருள்துறையில் பணியாற்றுகிறார்கள். இவன்மட்டும் தனித்து இராணுவக் கட்டுமானப் பொறியியல் பணியில் நுழைந்துட்டான். மனைவி விரும்பியபடி சொந்தத்தில் பெண் தேடியதில் கிடைக்கல. அந்நியத்தில்தான் குதிர்ந்தது, அவனுக்கும் பிடித்து

விட்டது. நேரில் பார்த்து உறுதி படுத்தவே ஒருவார விடுப்பில் வருகிறான்.

உழைச்சு ஓயந்த நேரத்தில் மகன் விழுதாக காப்பான் என்ற நினைப்பு பழுதாகிறக் கூடாதே! திரும்பு பயணத் துக்கு விமானடிக்கட் எடுத்தவன். ஊருக்கு வரும்போதும் விமானத்தில வந்திருந்தால் இவ்வளவு துடிப்பும் துன்பமும் இல்லையே! பக்கத்தில் பேசிக்கொண்டிருப்பவர் பெருமூச்சிட்டு "விதிச்சது அவ்வளவுதான்" புலம்பினார். இவருக்கு பகீரென்று நெஞ்சைக் கவ்வி உறுத்தியது. 'அசரீரியோ...?' நெற்றியைத் தேய்த்துக் கொண்டார். 'கடவுளே மகனுக்கு எந்த ஆபத்தும் நேர்ந்திறக் கூடாது' மனதுக்குள் முணுமுணுத்தார்.

கவனத்தை மாற்ற கைப்பேசியில் செய்திகளை முடுக்கினார். புதியசெய்திகள் எதுவும் இல்லை. முன்பு காண்பித்தவையே. பெரும் கோட்டைகள் தகர்ந்து விழுந்தன போல ரயில்பெட்டித் துண்டுகளாக உருண்டு கிடந்தன. ரத்தம் தோய்ந்து சிதறிய உடல்கள்; மீட்கத் திரண்ட மக்கள்; ஒரு பள்ளிவளாகத்தில் அடுக்கப்பட்ட உடல்கள். இவரது உள்ளக்கொதிப்பு கண்களில் காந்தின. கைபேசியை மின்னூக்கியோடு இணைத்துவிட்டு கண்களை மூடினார்.

இந்தப்பகுதியில் தானே அன்று கலிங்கப்போர் நடந்தது. ஆயிரக்கணக்கானோர் உயிரிழந்தனர். உருக் குலைந்து, உயிருக்குப் போராடிய உடல்களிலிருந்து எழும் முனகல்களும், ஓலங்களும் அலைக்கழித்து அசோகச் சக்கரவர்த்தியின் மனதை மாற்றியது! இன்று அதே மண்ணில் இரும்பு ரதங்களின் சக்கரங்கள் நூற்று கணக்கானோரை பலி கொண்டுவிட்டது. அந்த நீல தர்மச்சக்கரத்தின் கீழ் ஆளுவோர் கனத்த மௌனத்தில்! இவர்கள் துறவறம் பூணவேண்டாம். இத்தகைய விபத்துகள் இனியும் நேராதிருக்க உறுதி, உத்தரவாதம்

தரட்டுமே! இதற்கு முந்தி நிகழ்ந்த விபத்துகளின் எண்ணிக்கையில் மற்றுமொன்றா? இதுதானா இந்திய குடிமக்களின் கதி? மக்கள் வரிகட்டவும், வோட்டு போடவும் மட்டுமே விதிக்கப்பட்டவர்களா... நினைவுச் சாட்டையால் சுழற்றிய பம்பரமாகக் கிறங்கினார்.

கண்களைத் திறந்து சன்னலை ஊடுருவினார். இருள் விலகவில்லை. இரயில் கூக்குரலிட்டு விரைந்தது. தடதடத்த சத்தம் இவரின் இதயத்துடிப்புகளை எதி ரொலித்தது. நம்பிக்கையைத் தர எதுவுமில்லை. கண்ணயர்ந்தார். பகலில் இருவேளையும் நிர்வாகமே உணவுப்பொட்டலங்களைத் தந்தது. திங்க மனமில்லை. உடலில் சர்க்கரை குறைந்து தனக்கேதும் நேர்ந்தால் என்னாவது? மகனோடு சிறுவயதில் உண்டதை நினைத்த படி விழுங்கினார். சன்னலுக்கு வெளியே வெயில் கண்ணை உறுத்தியது. பிரிவின் பசலை படர்ந்த மலை களும், மரங்களும் மௌனித்துக் கிடந்தன.

மறுநாள் அந்திமயங்கலில் பாஹநகா பஜார் நிலையத் தில் வண்டி கிரீச்சிட்டு நின்றது; தனது இரங்கலை பெருமூச்செறிந்தது. இவர்களை எதிர்கொள்ள திராணி யின்றி சூரியன் கரும்போர்வைக்குள் ஒளிந்து கொண் டான். விபத்துக்குள்ளானவர்களை இந்த இரவில் எங்கே, எப்படித் தேடுவது? நிர்வாகம் இவர்களை பள்ளி வளாகங்களில் தங்க வைத்தது. இந்தப் பள்ளிவளாகங் களுக்கு ரயிலே தேவலாம் போலிருந்தது. கிருமிநாசினி நாற்றத்தை மீறிய பிணவீச்சம்; அவரவர் உறவுப் பிணங் களதுவா என்று அவர்கள் உயிரோடிருந்த காலத்து வாசனைகளை நினைவுகூர மூக்கை கூர்மைபடுத்தினர். நினைவிலும் கனவிலுமாய் கவல்ந்தனர்.

கைப்பேசியை இயக்கி செய்திகளைக் கேட்டார். "தமிழக பயணிகள் எவரும் இறக்கவில்லை; காயமுற் றோரை மீட்டு மருத்துவஉதவி செய்து தமிழகம்

அழைத்துவர ஏற்பாடு! விடுபட்ட எட்டுபேரை அங்குள்ள தமிழகத்து மீட்புக்குழுவினர் தொடர்ந்து தேடிவருகின்றனர். "இவருக்கு அங்கே இருக்க இயலவில்லை. தமிழகத்து மீட்புக்குழுவினரை உடனே அணுகி விவரமறிய துடித்தார். 'இப்போ மணி எட்டு; அவுங்க பகல்பொழு தெல்லாம் மீட்புபணியில் ஈடுபட்டுட்டு, இப்பதான் குளிச்சு ஓயந்து இருப்பாங்க. பாவம்! அவுங்களுக்கு தொல்லை தரலாமா'.வாதிட்ட மனதை மீறி ரயில்வே மீட்புக்குழு மையத்தில் விசாரித்தார். "அவர்கள் பாலாசோர் மாவட்ட ரயில்வே முகாமில் இருக்கிறார்கள். காலையில் தான் வருவார்கள். நாங்களே உங்களை அவர்களிடம் அழைத்துச் செல்வோம்" என்றனர்.

மருமகனுக்கு பேசினார். "பாஹநகாவில் இறங்கிட் டேன். அத்தை எப்படி இருக்காங்க? தம்பிக்கு ஆபத்தில்லைன்னு விசாரிச்சதில் தெரியுது.! தைரியமாய் இருக்கச் சொல்லுங்க. காலையில் தம்பியைப் பார்த்ததும் பேசச்சொல்றேன். தமிழக அரசிடம் ஏதும் செய்தி வந்தா சொல்லுங்க" என்று குரலைத் திடப்படுத்திக் கொண்டு, அங்குள்ள விவரத்தைக் கறந்தார். சென்னை யில் மனைவிக்கு பிரச்சினை இல்லை என்ற ஆறுதலில் அந்தமுகாமில் சுற்றித்திரிந்தார். கலிங்கத்துப் பேய்கள் திரியவில்லை. உறவுகளின் உடலைத்தேடி மனிதர்களே அலைந்தனர்.

ஒரு பெரிய அரங்கில் அகன்ற மேஜைகளில் இறந்த ஆண்களின் ஒளிப்படங்களைப் பொருத்தி வைத்திருந் தனர். ஒருமணிநேரத் தேடலில் அவரது மகன் பட மில்லை! ஆறுதலாக இருந்தது. இன்னொரு புறத்தில் உடலில்லாமல் ஆண்தலைகள் மட்டுமே இருக்கும் படங்கள் இருந்தன. உயிரிழந்தபோதும் முகத்தில் தெறித்த இரத்தமும், அச்சமும் கோரமும் படிந்திருந்தது. மனதை திடப்படுத்திக்கொண்டு பார்த்தார். மகனின் சாயலில் ஒருமுகம்கூட இல்லாதது பெரிய நிம்மதி!

உருமாற்றம் 29

அடுத்து இன்னொருபுறம் ஒரு மேஜையில் தலை யில்லா ஆண்முண்டங்களாக உள்ள படங்கள். கிழிந்த ஜீன்ஸ் பேண்ட்டுகளில், இரத்தகறை ‘படிந்து விரைத்துக் கிடந்தன.சில கிழிந்த வேட்டிகளும், துணியில்லா முண்டங்களுமாய் மறைக்க வேண்டியதை மறைத்த படங்கள். இந்தக் காலத்தில் ஆண்கள் பெரும்பாலும் பிராண்டட் ரெடிமேட் ஜீன்ஸ்தான் போடறாங்க; இதை வச்சு எப்படி அடையாளம் காண்றது? அந்தக் காலம் மாதிரி வண்ணாங்குறி கொண்டோ டைலர் லேபிள் கண்டோ அடையாளங் காண வாய்ப்பில்லையே!

பெண்கள் பக்கம் திரும்பினார். கதறலும், அழுகையும் நெஞ்சைப் பிழிந்தது. தன்னாலையே தாங்க முடியலையே பாவம், பாதிக்கப்பட்ட பெண்ணுக எப்படி இழப்பை ஏத்துக்குவாங்க.தன் மனைவியை ஆறுதல் படுத்த இன்னும் தகவலில்லாத மகனைப் பத்தி பொய்சொல்லி சமாளிச்சு அவ உசுரைக் காப்பாத்த வேண்டியதிருக்கே, பாவம் அப்பாவி மக்களை காலம்தான் தேத்தணும்.

இன்னொரு பக்கம் போனார். அழுகுரலும், விம்மலும் விசும்பலும் கேட்டது. அந்தக் கூடத்திற்குள் நுழைந்தார். அங்கு பிணங்கள் அடுக்கி வைக்கப்பட்டிருந்தன. இங்கு விநோதமாக பல்வேறு பிணங்களின் பேன்ட்பாக்கட்களில் இருந்து கைபேசி அழைப்பொலிகளும், சில அழைப்பிசை களும் ஒலித்தபடி இருந்தன.

நான்கு அலுவலர்கள் அந்த கைப்பேசிகளை எடுத்து இயக்கி, அழைத்தவர் விவரமறிந்து, அவரிடம் கைப்பேசிக்குரியவர் விபத்தில் இறந்த தகவல்களைக் கூறி, அழைத்தவரை வரச்சொல்லிக் கொண்டிருந்தனர். எந்தக் கைப்பேசியும் ஒலிக்காத கணத்தில் இவரும் மகனது கைப்பேசிக்கு அழைத்தார். அழைப்பொலி தொடர்ந்தது. ‘கைப்பேசி தொடர்பு கொள்ளும் நிலையில் இல்லை’ என்ற குரலே ஒலித்தது.

'செத்தவங்க பட்டியல்ல இல்ல; மகன்பேரு சிகிச்சையில் இருக்கிற தமிழர் பட்டியலிலும் இல்ல! காப்பாத்தி ஊருக்கு அனுப்பப் படுறவுக லிஸ்டிலும் இல்ல.தேடப் படும் எட்டுபேரிலும் இல்லை! ஒருவேளை அபிஷேக்ங்கிற பேரு, வடநாட்டுப்பேரு மாதிரி இருக்குன்னு தமிழகப் பட்டியலில் விடுபட்டுப் போச்சோ...?தமிழ், இங்க்லிஷ் அகரவரிசையில முன்னால வரணுமுன்னு அந்தக்கால ஹீரோ அமிர்தாப் மகன் அபிஷேக் பேரு வச்சதின் பின்விளைவோ...? அப்படியே இருந்தாலும், பயணியின் ஆதார்நம்பரை வச்சுதானே பயணியின் மாநிலத்தை முடிவு செய்திருப்பர்?

சிலந்திவலைச் சிக்கலா இருக்கே. தெளிவா தெரியுது; ஆனா இழை பிரிச்செடுக்க ஏலலை. இவ்வளவு இழப்புகள் குழப்பங்கள் இருந்தாலும் தனக்குள் இழப்பு நேர்ந்த பதற்றம் மேனியை பெரியளவு உலுக்கலையே! மகன் உயிருக்கு ஆபத்தில்லை! அதனாலதானோ மருமகனிடம் பேசும்போது காலையில் தம்பியைப் பார்த்ததும் பேசச் சொல்றேன்னு தன்னை அறியாமல் சொன்னோம்! '

அலைந்து, கால்கடுத்து, யோசிச்சு, களைத்து சிமெண்ட் இருக்கையிலே கண்ணயர்ந்தார். அதிகாலை பறவைகளின் இரைச்சல் கேட்டு விழித்தார். சூரியச்சுடர் கண்ணுறுத்ததாமல் ஒளிர்ந்தது. சாலையோரக்கடையில் ஒரு டீ குடித்த தெம்பில் விபத்து நடந்தஇடம் நோக்கி நடந்தார். மூன்றுநாள் கடந்து விட்டதால் மந்திரிகள் அதிகாரிகள், போலிஸ் கெடுபிடிகள் இல்லை.

சிதைந்து சிதறிய பெட்டிகளை அகற்றும் பணியும், ரயில்பாதை சரிசெய்யும் பணிகளும் போர்க்கால ஜரூரில் நடந்தன. கல்லு, மண்ணு, மரமெல்லாம் ரத்தகறைகள். நாய்கள் குறுக்கும் நெடுக்குமாக திரிந்தன. வானத்தில் கழுகுகள் வட்டமடித்தன. இன்னும்

புதர்களில் பிணம் கிடக்குமோ... கழுகு சும்மா வட்டமிடாதே! இவர் ரத்தகறை படிந்த தண்டவாளத் தருகே நடந்தார்.

இவர் தண்டவாளத்தின் மீது நடந்துகொண்டே தன்னையறியாமல், கைப்பேசியை எடுத்து தனது மகனது எண்ணை அழைத்தார். "நாட்டுக்கூத்து... நாட்டுக்கூத்து.." என்று அழைப்பிசை ஒலித்தது. உற்சாகமடைந்து மீண்டும் மீண்டும் அழைக்க அதே பாடல் கேட்டது. தண்ட வாளத்தை ஒட்டிய புதரும், காட்டுச்செடிகளும் அடர்ந்த பகுதியிலிருந்து பாட்டு வந்தது. 'ஐயோ மகனுடல் இந்தப் புதருக்குள் கிடக்கிறதோ...' பதற்றத்தோடு ஓடினார். அந்தப்பகுதியில் இரு குடிசைகள் இருந்தன. அந்தப்பாடல் அந்தக் குடிசையிலிருந்து வந்திருக்குமோ? அருகே போய் மீண்டும் கைப்பேசியை சொடுக்கினார்.

பாடல் ஒலிக்கும் கைப்பேசியை ஏந்திக்கொண்டு ஒரு பழங்குடிப்பெண் வெளியே வந்தார். இவர் அந்தக் கைப்பேசியை கூர்ந்து நோக்கினார். அது தனது மகனது போலிருக்கிறது. ஒரு குடிசைவாசிக்கு இத்தகைய விலை உயர்ந்த கைப்பேசி வைத்திருக்க வாய்ப்பில்லையே. அந்தப்பெண்ணிடம் விசாரித்தார்.

"விபத்து நேர்ந்த வெள்ளியன்றிரவு பயங்கரசத்தம் கேட்டு வெளியே வந்தோம். மின்விளக்குகள் ஒளிர வில்லை. மூடிய மேகத்திலிருந்து பவுர்ணமி நிலா மங்கி மௌனித்திருந்தது. மூன்று ரயில்கள் மோதி பெட்டிகள் கவிழ்ந்தும், உடைந்தும் கிடந்தன. பயணிகள் உதவிக்குரல் எழுப்பினர். எங்க வீட்டருகே விழுந்த பெட்டியிலிருந்து பயணிகளைக் காப்பாற்றி வெளியே கொண்டு வந்து படுக்க வைத்தோம்.

அப்போது பெட்டிக்குள்ளிருந்து குற்றுயிராக கதறிக் கொண்டிருந்தவர்களை, ஒரு ராணுவ வீரரைப் போன்ற

இளைஞர் தூக்கி வந்து உடைத்த கதவருகே தரத் தர நாங்க வாங்கி வெளியே கிடத்தி வைத்தோம்!

அவர்தான், அவசரப் போலிசுக்கும், ஆம்புலன்சுக்கும் பேசி வர வைத்தார். தனது கைப்பேசியை எங்களிடம் பத்திரமாக இருக்கட்டும், மீட்புபணியில் இருக்கும் போது தவறிவிட வாய்ப்பிருக்கு.போகும்போது வாங்கிக் கிறேன் என்றார். அவரும், நாங்களும் மீட்புக்குழு வினரோடு சேர்ந்து நூற்றுக் கணக்கானவர்களைக் காப்பாற்றினோம். அவர் தொடர்ந்துமீட்புக்குழுவோடு போனவர்தான் எங்கவீட்டுக்கு திரும்பி வரவேயில்லை. நிறைய அழைப்புகள் வந்தன.பூட்டியிருந்ததால அதை இயக்கி எங்களுக்கு பேசத் தெரியவில்லை. அப்புறம் கைப்பேசியில் சார்ஜ் இல்லை போல. அழைப்பு கேட்கவில்லை. நேற்று ராத்திரிதான் சார்ஜ் போட்டோம். இன்று காலையில் அழைப்புகள் தொடர்ந்து வரவும் அவருக்கு வேண்டியவர் யாரோ அழைக்கிறார்கள் என்று வெளியே வந்தேன். நீங்க கைப்பெசியோடு நிற்கிறீர்கள்."

இவர் கைப்பேசியை வாங்கி மகனது பிறந்த தேதி தான் கடவுச்சொல் என்ற ஞாபகத்தில் இயக்கினார். கைப்பேசி இயங்கியது. "எனது மகன் சிலிகுரி இராணுவ முகாமில் கட்டுமானப்பிரிவில் அதிகாரியாக இருக் கிறான். அவன் ஊருக்கு வந்துகொண்டிருந்தபோது, விபத்து நேர்ந்து விட்டது. அவனுக்கு காயம் பட்டிருந் ததைப் பார்த்த ஞாபகமிருக்கா" என்று கேட்டார்.

"இடதுதோளில் இரத்தக்கசிவு தெரிந்தது. அவர் அதைப் பொருட்படுத்தாமல் கவிழ்ந்த பெட்டிகளிலிருந்து அழும் குரல்களைக் கேட்டு மீட்கும்பணியில் இராணுவக் குழுவோடு சேர்ந்து இயங்கினார். பாலாசோர் இராணுவ மீட்புக்குழு முகாமுக்கு சென்றால் உங்க

உருமாற்றம் 33

மகனைப்பற்றி அறியலாம். நீங்க உங்க மகனது போட்டோவைக் காட்டியதால் இந்தக் கைப்பேசியை உங்களிடம் ஒப்படைக்கிறேன்" என்றாள் பழங்குடிப் பெண்.

"மகளே, என் மகனைப்பற்றிய விவரம் சொல்லி, திசையற்று அலைந்த எனக்கு நம்பிக்கை தந்தாய்! எனது மகனோடு வந்து உங்க குடும்பததாருக்கு நன்றி சொன்ன பிறகுதான் ஊர் திரும்புவோம். போய் வர்றேன் மகளே" இராணுவ மீட்புகுழு முகாம் நோக்கி உற்சாகமாக நடந்தார்.

– பேசும் புதிய சக்தி, 2024

5. உயிர் வளர்த்தல்....

காலை ஐந்தரைமணி. சேவலின் கம்பீரக்கூவல், மனதை வருடும் குயிலின் குலாவல், குருவிகளின் கிரிச் கிரிச், கிளிகளின் கிக்கீ ஒலிக்கலவையின் பூபாளம் கேட்டு எழுந்தேன். சாளரத்தைத் திறந்தேன்; இளங்கதிரின் பொன்னொளியோடு, குளிர்காற்றும் முகம்தழுவி மேனி கழுவியது. உடலெங்கும் புத்துணர்வு பூத்தது. இப்படி ஒவ்வொரு நாளின் விடியலும் புதிதாக உணரத் தோன்றுகிறது.

காலைக் கடமைகளை முடித்து, விரிப்பானை விரித்து மூச்சுப்பயிற்சி செய்ய அமர்ந்தேன். ஒரு கொசு முகத்தை சுற்றிச் சுற்றி பறந்து எரிச்சலூட்டியது. உசாராகி இரு கைகளை சேர்த்து கொசுவை அடித்தேன். தப்பிவிட்டது. கொசுவின் எச்சரிக்கை உணர்வு அசாதாரணமானது. முகத்தை மோதிய கொசுவைக் கொல்ல கொசுக் கொல்லி மட்டையை எடுப்பதற்குள் மாயமாகிவிடும். மட்டையை வைத்துவிட்டு வேறுவேலையில் இருக்கும்போது மீண்டும்

வந்து காதோரம் முணுமுணுக்கும். பிறகு மட்டைவீச்சுக்கு நழுவி ஓடி விளையாட்டு காட்டும். பத்துமுறை மட்டையை லாவகமாய் சுழற்றினால், ஒருமுறை மட்டையில் சிக்கி வெடிபடும்.

இனி சுவாசப்பயிற்சிக்கு உட்காரும்போதும் மட்டையோடு உட்காரவேண்டுமோ... யோசனையில் கொசுவைக் கண்டும் காணாததுபோல் பாவித்து அமர்ந்திருந்தேன். வாகைசூடும் கபடிவீரன் போல எகத்தாளமாக பாடி கொசு மீண்டும் முகத்தருகே வந்தது. இமைக்கும் நேரத்தில் இரு கைகளைச் சேர்த்து கொசுவை அடித்தேன். கைகளுக்கிடையில் சிக்கி மடிந்து விழுந்தது. அறுபது வயதைக் கடந்துவிட்டோம். இன்னும் சமுதாயத்திற்கு சில காரியங்களை செய்ய வேண்டியதிருக்கிறது.பேரப் பிள்ளைகளோடு கொஞ்சிக் குலாவி, வளர்த்து, வழிகாட்ட வேண்டியதிருக்கிறது. ஆயுளை நீட்டிக்க சுவாசப்பயிற்சி செய்ய உட்காரும்போது ஒரு உயிரைக் கொன்று விட்டோமே...மனதை உறுத்தியது. கையை கழுவிவிட்டு உட்கார்ந்தேன்.

மூச்சுப்பயிற்சியைத் தொடங்கினேன்.வெளிக்காற்றை உள்வாங்கி, உள்காற்றை வெளியே விட்டேன். 'காற்றை உள்ளே நிறுத்தி, கூற்றை வெளியே நிறுத்தும்' பயிற்சியைத் தொடர்ந்தேன். பயிற்சியிடையே கண்ணைத் திறந்தபோது என் முன்னே அடிபட்டு மாண்ட கொசு தென்பட்டது. அடிபட்டுவிழும்போது சிறு சிற்றெறும்பு போலக் கிடந்த கொசு, இப்போது சிறிய கட்டெறும்பு அளவுக்கு பெரிதாக ஊதியிருந்தது. சிறிதளவிலான உயிர்காற்று உடல்கூட்டை நீங்கியதும், கூடுதலான வெளிக்காற்று உடலை நிரப்பி பெருக்க வைத்துள்ளது. நோயில் மெலிந்த அப்பாவின் உயிர்பிரிந்ததும் அவரதுடல் அசைக்க முடியாதளவு ஊதிவிட்டது. அக்கம் பக்கத்தோர் ஆறுபேர் சேர்ந்து தூக்கி அவருக்கு இறுதிமரியாதை செய்ய வேண்டியதாயிற்று. பக்கத்துவீட்டில் பசுமாடு இறந்து

விட்டது. உயிரோடிருக்கும்போது வரிச்செலும்புகளைத் தடவி எண்ணி விளையாடிய எங்களால், இறந்த மாட்டின் எலும்பையே காணமுடியாத அளவுக்கு காற்றுப்பி பெருத்து, கால்களை விரித்துக் கிடந்தது. இத்தகைய நிகழ்வு எல்லா மாமிச உயிரினங்களுக்கும் நேருகிறது. இதனால்தான் திருமூலர் காற்றை உள்நிறுத்தி கூற்றை வெளியே நிறுத்தச் சொன்னாரோ....

என்ன இது, வாழ்வை நீட்டுவிக்கும் பயிற்சி செய்யும் போது இறப்பு பற்றிய நினைவுகளாகவே வருகின்றன. மனதை அடக்கி சுவாசப் பயிற்சியைத் தொடர முயன் றேன். கண்மறைப்பு சேணம் போட்டு கடிவாளத்தை இழுத்துப் பிடித்தாலும் மனக்குதிரையை அடக்குவது எளிதா என்ன...? சிறுவயதிலிருந்து இதுவரை கண்ணுற்ற மரணங்களில் ஊதிப்பெருத்த உடல்களே மூடிய கண் களுக்குள் திரை விரிக்கின்றன. மனநிறைவில்லாமலே பயிற்சியை முடித்தேன். ஓதுங்கலறைக்குப் போனேன்.

கைப்பேசி அலறியது. படுக்கை அறையிலிருந்து மனைவி குரல் கொடுத்தார் "யாருங்க காலங்காத்தால..." எனக்கு வயிற்றைக் கலக்கியது. இந்நேரத்தில் யார் போன் பண்றாங்க? யாருக்கு என்ன நேர்ந்தது? எனக்குத் தெரிந்த வயதான முகங்களெல்லாம் மனக்கண்ணில் தோன்றி கையசைத்தன. மனம் பதறியது. வெளியே வந்து கைப்பேசியை உயிர்ப்பித்தேன். சம்பந்தி இருமுறை அழைத்திருந்ததை விடுபட்ட அழைப்பு காட்டியது. பதற்றத்தைப் புதைத்து "ஹலோ, அத்தான் வணக்கம். என்ன காலைநேரமா கூப்பிடுறீகளே..."

"ஒரு சந்தோசச் செய்தி அத்தான். இராத்திரி ஒரு மணிக்கு பேத்தி பிறந்திருக்கா. சுகப்பிரசவம். உங்க மரு மகளும் பேரப்பிள்ளையும் சுகம்! சொந்த பந்தங்களுக்கு சொல்லிகிட்டிருக்கேன்..."

– புதியஆசிரியன், ஆகஸ்ட் 2024

6. "கானா பானா..."

ஊருக்குள் அறிவிப்பொன்று ஆட்டோவில் உலாவியது. "துக்கச் செய்தி. மரண அறிவிப்பு. நம்ம ரோட்டுப்பட்டி மிராஸ், மரியாதைக்குரிய கானா பானா பழனியப்பன் அவர்கள் இன்று அதிகாலை ஆறுமணி அளவில் மரணம் அடைந்தார். அவரது வீட்டில் பொதுமக்கள் மரியாதை செய்யும் விதமாக அன்னாரது உடல் வைக்கப்பட்டுள்ளது. இன்று பிற்பகல் நாலு மணியளவில் இறுதிச் சடங்கும் நல்லடக்கமும் நடைபெறும் என்று வருத்தத்துடன் தெரிவிக்கப்படுகிறது". என்று ஆட்டோவில் கரகரத்த குரலில் ஒலித்த அடுத்தநொடி "...வாழ்ந்தவர் கோடி...மறைந்தவர் கோடி....மக்கள் மனதில் நிற்பவர் யார்.." என்று இரண்டு வரிகளை மட்டுமே பாடவிட்டு ஆட்டோ குதிரை குலுங்குவதுபோல் அசைந்து அறிவிப்பைத் தொடர்ந்தது.

இந்த அறிவிப்பு ரோட்டுப்பட்டியைச் சுற்றியுள்ள பதினெட்டுப்பட்டிகளிலும்

உலா வந்து ஊர் சனங்களிடையே சலசலப்பை ஏற் படுத்தியது. “செல்வாக்கா கொடிகட்டிப் பறந்த மனுஷன் பொக்குன்னு போய்ச் சேர்ந்திட்டாரே. பெரிய சாவு, விசேஷமா இருக்கும். சட்டுபுட்டுன்னு மதியத்துக்குள்ளே வேலையை முடிச்சிட்டு, கட்டங்கடைசியா அந்த மனுஷன் முகத்தையாவது பார்த்துட்டு, துட்டி கேட்டுட்டு வரணும் “காட்டுவேலை செய்றவங்க பேசிக்கிட்டாங்க.

இன்னும் சிலர், “கானா பானா மண்டையைப் போட்டுட்டாரு.பிணத்தை எடுக்கும்போது ஒரே கூத்தும், குத்துவெட்டுமா இருக்கப் போகுது. அந்தக் கண் கொள்ளாக் காட்சியை தூரமா நின்னாவது பாத்துறணும். கட்டப்பஞ்சாயத்துப் பேசி எத்தனைக் குடும்பத்தை ஒக்கிட்டாரு! எத்தனைக் குடும்பத்தைக் குலைச்சு பசுவும் கன்னுமா பத்திகிட்டு வந்தாரு. கட்டினவ, கூட்டிக்கிட்டுவந்தவ, அங்கனக்கங்கன வச்சுகிட்டவ எல்லாத்துக்கும் பைசல் பண்ணாம இன்னைக்கு கட்டையை எடுக்க விடுவாகளா? இன்னைக்கு இந்தக்கூத்தை பார்த்துருவோம்” என்று குதூகலித்தார்கள்.

கானா பானாங்கிற பேரு, பழனியப்பனுக்கு குடும்பப் பேரு இல்ல! கட்டப் பஞ்சாயத்து பேசுறதை ஒரு தொழில் மாதிரி காண்பிக்காமல் சேவை பண்றமாதிரி காட்டிக் கொண்டார். இவரிடம் வரும் வழக்குகள் இழுபடமால் பைசல் பண்ணிவிடுவார். இவர் கையி லிருந்து செலவு பண்றமாதிரி காட்டிக் கொண்டாலும், விட்ட காசை ரெண்டு தரப்பாரிடமும் ரெட்டிப்பா கறக்காம விடமாட்டாரு.

பழனியப்பன் என்ற திருநாமம் கொண்ட நம்மாளு ஐந்து ஏக்கர் புஞ்சை நிலமுள்ள சிறுவிவசாயி தான். பியூசி வரை படிச்சவரு. கொஞ்சம் சந்தன நிறமா இருப்பாரு. அதுக்குமேல சுருள்கிராப்பு, பளிச்சுன்னு

வெள்ளை உடுத்தி வெளியே வருவாரு. தன் ஊருபக்கம் பிரபல நடிகர்களோ, பிரமுகர்களோ வந்தால் வலியப் போய்த் தன்னை அறிமுகப்படுத்தி போட்டோ எடுத்துக் கொள்வார். எம்ஜிஆர் புதிதாக கட்சி ஆரம்பித்து இவரது ஊர் பக்கம் வந்தபோது, தன்னை காலேஜில் படித்த மிராஸ்தார் என்று அறிமுகப்படுத்தி போட்டோ எடுத்து வீட்டில் மாட்டிக்கொண்டார். இவரது பாக் கட்டிலும் எம்ஜிஆரோடு எடுத்தபடத்தின் சிறியபடியை, சட்டையை ஊடுருவி தெரியும் வகையில் வைத்திருப்பார். இதேபோல் எந்த பிரமுகர் இவரூர் பக்கம் வந்தாலும், அவரோடு போட்டோ எடுத்து வீட்டில் மாட்டியிருக்கிறார். கமல், விஜயகாந்த் படங்கள் வரை இவரது வீட்டு முற்றத்தில் மாட்டியிருக்கும் போட்டோக்களைப் பார்ப்பவர் இவரை பெரிய ஆள் என்று மதிப்பிடுவர்.

ரஜினி மட்டும் இவரிடம் சிக்கவில்லை. சென்னைக்கு ஒருநாள் போயி, ஒரு போட்டோ ஸ்டுடியோவில் ரஜினியின் ஆள் உயர கட் அவுட் மீது தோளில் கைபோட்டபடி படம் எடுத்துவந்து ஊருக்குள் ரஜினி அண்ணாமலை ஷுட்டிங்கில் இருந்தபோது எடுத்தது என்று சொல்லிக் கொண்டார்.

அஞ்சு ஏக்கர் புஞ்சையில் பணப்பயிர் விவசாயம் செய்து வெங்காயம், தக்காளி மண்டி கமிசன்கடைக்காரரர் களோடு நெருக்கமாகப் பழகிவந்தார். எதைப்பேசினாலும் சரளமாக நம்புவதுபோல் பேசுவதில் வல்லவர் என்பதால் இவரை எல்லோரும் மரியாதையா 'பானா மூனா' என்றே அழைத்தனர். கமிஷன்கடை வாடிக்கை யாளர் அழகப்பன் நிலத்தில் ஒரு பிரச்சினை. அதைப் பேசி பைசல் பண்ண பழனியப்பனை அழைத்துச் சென்றனர்.

பழனியப்பன் வயல்காட்டைப் பார்த்தார். மேற்கு கிழக்கா நீண்ட எல்லையில் ஓடிய வாய்க்காலின் வரப்பு

கிழக்குப் பக்கத்தில் போகப்போக கோணலா வளைந்து மூணடி அகல இடத்தை ஐந்தடி நீளத்திற்கு மலைப் பாம்பைப் போல வளைத்திருந்தது. ஆக்கிரமித்த மெய்யப்பன் தான் பிறக்குறதுக்கு முந்தியிருந்து இந்த வரப்பு இப்படித்தான் இருக்கு. தன் பத்திரத்திலும் இப்படித்தான் வாய்க்காவரப்பு இருக்கிறது. கம்மாத் தண்ணி ஓட்டவாகிலே வளைஞ்சிருந்தா நான் எப்படி குத்தம் செஞ்சதா சொல்லலாம் என்று வாதாடினார். பழனியப்பன், எதிராளி முகத்தை ஊடுருவிப் பார்த்தார். மெய்யப்பன் முகச்சலனம் பொய்சொல்லுவதைக் காட்டியது.

பழனியப்பன் தன் சட்டைப்பாக்கட்டிலிருந்த எம்ஜிஆருடன் தானுள்ள போட்டோவைக் காட்டி "இங்க பாருண்ணே, இந்தப்படத்திலே இருக்கிறது யாருன்னு பாரு. நாட்டுல ஒரு விவசாயியோட நிலத்துக்கு சிக்கல் வந்ததுன்னா அங்கே உரிமைக்குரல் எழுப்ப நாங்க வந்துருவோம். தலைவர் இங்கே வரமாட்டார் அவரது பட்டாளம் இங்க வந்துரும். சாக்கிரதை. அரசாங்கத்தை எதிர்த்த கொக்கிச் சிக்கலில் மாட்டிக்குவே. ஒழுங்கு மரியாதையா வரப்பை சரிபண்ணிக் குடுத்துரு. இல்லாட்டி அரசாங்க ஜேசிபி வந்து உன் நிலத்தில் இறங்கினா நீ போட்டுருக்கிற பயிரும் அழிஞ்சு குந்தாங் குதிராயிரும் பார்த்துக்கோ. அதுல்லாம ஜேசிபி வாடகை, டிரைவர் கூலி, டீ, வடை, காப்பி செலவு உட்பட தண்டமா அழுவ வேண்டியதிருக்கும் பார்த்துக்க" என்று ஏத்த இரக்கமா பேசினார் பானா ழானா.

மெய்யப்பன் நடுங்கிப்போனார். இதைக் கவனித்த பானாழானா, "ஏண்ணே, இந்த ஐமூணு பதினஞ்சடியை வளைச்சையே அதுல ஒருபுல் பூண்டையாவது வச்சிருக்கியா? இதுவே உன் களவானித் தனத்தைக் காட்டிகுடுத்திருச்சு. தானும் அனுபவிக்கமாட்டே அடுத்தவனையும் அனுபவிக்கவிடமாட்டே, எப்படி

உங்குடும்பம் விருத்தியாகும்?"

பொறுமையிழந்த மெய்யப்பன், மண்வெட்டியை எடுத்து வாய்க்கால் கரையை வெட்டினார். " அண்ணே பொறு, வாய்க்காகரை தண்ணிவோட்ட போக்கு பார்த்து சரிபண்ணனும். நீ பாட்டுல புதுப்பிரச்சினையை உண்டாக்கிறாதே" என்று தடுத்து சரிபண்ண ஏற்பாடு செய்தார். இந்தப் பஞ்சாயத்துல அழகப்பன் கனிசமா ஒரு தொகையைக் கொடுத்தார். ஊருக்குள்ளே நல்ல பேரும் கிடைச்சிருச்சு. பழனியப்பன், 'நல்லத் தொழிலா இருக்கே. இதுமாதிரி வாய்க்கிறதை விட்டுறாம, நேக்கா முடிக்கப் பார்க்கணும்' என்று மனதுக்குள் உறுதி எடுத்துக் கொண்டார். இந்த முடிவெடுத்த மறுநாளே இவருக்கு ஒரு சோதனை வந்தது. மெய்யப்பனின் இரண்டாவது மனைவி ஆறுமாசக் குழந்தையோட பானாழானா வீடு தேடிவந்து அழுதாள்.

"மாராசன் நல்லா இருப்பீங்க. என்புருசன்கிட்ட இருந்து என்னை பைசல் பண்ணிவிடுங்க. சொத்துக்கு ஆண்வாரிசு வேணுமின்னு முதல் தாரம் நல்ல குத்துக் கல்லாட்டாம் இருக்கையிலே இந்தக்கிழவன் வம்படியா என்னைப் பொண்ணு கேட்டு கட்டிகிட்டான். இப்போ எனக்கும் பொம்பிளைப்பிள்ள அப்பனை உரிச்சு வச்சுகிட்டு பிறந்து ஆறுமாசம் ஆச்சு. பிள்ளை எப்படி இருக்குன்னு வந்து எட்டிப்பார்க்களை, தொட்டுக் கொஞ்சலை. மூத்ததாரத்தா வந்து, செய்யவேண்டிய முறை செஞ்சு வீட்டுக்கு கூட்டிட்டுப் போச்சு. பிள்ளை அழகைப் பார்த்து தெருவே அண்ணம்பாருது.

அப்பங்காரன் எறேடுத்துகூட பார்க்கலை. பிள்ளை அழுதா வரைமுறையில்லாம வையிறான். பாவம் அந்தக்காளை உதைச்சு இமிசை பண்றான். அவன் குண்டக்கமண்டக்கப் பேசுறதைப் பார்த்தா என்னை வச்சு வாழறாப்புல தெரியலை. மகாராசன் நீங்க வந்து

அந்தாளுகிட்ட இருந்து எனக்கு விடுதலை வாங்கிக் குடுங்க. என்பிள்ளையை வளர்க்க அந்தாளுகிட்ட பேசி வழிவகை பண்ணிவிடுங்க" என்று கண்ணீர் சிந்தி இவரைத் தொட்டுக் கும்பிட்டாள்.

பழனியப்பன் அதிர்ந்து போனார். அவளது தொடு தலில் புல்லரித்த கைகளை உதறி, "யம்மா நிலம் புலமில்ல பஞ்சாயத்து பேசி பைசல் பண்ண. இது பொண்ணோட வாழ்க்கைப் பிரச்சினை.நீ தான் உன் சாமர்த்தியத்தில பேசி, அவருக்கேற்ப நடந்து வாழப்பாரும்மா! இதுக்கெல்லாம் நாங்க சொல்லியா தரணும். என்னைத் தொட்டமாதிரி அவரு மனசைத் தொடு தாயீ!"

"மனசைத் தொட அவன் மனுஷனல்ல. மாடு மாதிரி விழுவான். மரக்கட்டை மாதிரி கிடப்பான். எந்த நேரமுன்னு பார்க்காம வெறிநாய் கணக்கா குரைச்சுக் குதறுவான். சாமி, நல்லா இருப்பீக, அவன்கிட்ட இருந்து என்னைக் காப்பாத்தி விடுங்க. இல்லேன்னா, நா இந்த இடத்தைவிட்டு நகர மாட்டேன்."

பானாழானாவுக்கு தர்மசங்கடமாகிவிட்டது. அவரது மனைவியைத் துணைக்கழைத்துக் கொண்டு, இந்தப் பெண்ணை கணவன் மெய்யப்பனிடம் அழைத்துப் போனார். "எப்போ என்வீட்டைவிட்டு வெளியேபோய் எனக்கெதிரா பஞ்சாயத்துக் கூட்டினாளோ, அவளை இந்த வீட்டு வாசப்படி ஏறவிடமாட்டேன். நான் தான் நகைநட்டுப் போட்டு இஷ்டப்பட்டு கட்டிவந்தேன். அந்த நகைநட்டோடு வெளியே போகட்டும்.கூட பத்தாயிரம் தர்றேன்.துரும்பை முறிசுபோட்டுர்றேன். அவ எங்கேயும் போய்கிட்டே இருக்கட்டும். நான் அவளைத் தேடப்போறதில்லே" என்று பொரிந்தான்.

"மெய்யப்பன், நீங்க தப்பு பண்றீங்க. கோர்ட்டு கச்சேரின்னு போனா நீங்க ரெண்டுபேரும் இழுபட்டு

இமிசைபடப்போறீக.சொத்துல பங்கு குடுக்குற மாதிரி ஆயிரும். விவசாய சம்சாரிக்கு சொல்லித் தெரிய வேண்டியதில்லை. பொண்டாட்டிக்கு பொண்டாட்டி ஆச்சு. விவசாய வேலைக்கும் பொறுப்பான ஆளுமாச்சு. அந்தப் பொண்ணுக்கு வயசும் வாலிபமும் இருக்கு. அடுத்தவருசம் கூட ஆம்பிள்ளைப் பிள்ளை பெத்துத் தந்துந்துரப் போறா. புரியாம, சிக்கல் பண்ணிக்காதீங்க"

"நா அவளை ஊருகூடி பத்திரிகை அடிச்சு கட்டிக் கலை. கோயில்ல மஞ்சக்கயித்தைக் கட்டிதான் கூட்டி யாந்தேன். கச்சேரிக்கு போறதுக்கு முகாந்திரமில்லை. ஊருபஞ்சயத்துல துரும்பை முறிச்சுப் போடறேன். அந்தப் பச்சைபிள்ளைக்காக ஐம்பதாயிரமா தர்றேன் ஆளை வெட்டிவிடுங்க."

பொறுமை தாளாது பொங்கிய பானாழானாவின் சம்சாரம், "அவரு கொடுக்கிறதை வாங்கிகிட்டு மஞ்சைக் கயித்தைக் கழட்டி எறிஞ்சிட்டு வாளா. எங்க வீட்டுல வேலை செஞ்சு, கஞ்சியைக் குடிச்சுகிட்டு பிள்ளையை வள" என்று காது தண்டட்டிக குலுங்க போட்ட சத்தத்தில பானாழானா உட்பட பஞ்சாயத்தே அதிர்ந்தது.

இதிலிருந்து பஞ்சாயத்தில பசுவையும் கன்னையும் ஒட்டிட்டுவந்தவர் என்று பேச்சு பிரபலமாச்சு. பானா ழானா தனக்கு கன்னிராசி உண்டுன்னு புது கவர்ச்சியை உணர்ந்தார். கழுத்தில் மைனர்சங்கிலியும் முகத்தில் ரோஸ் பவுடரும் ஜவ்வாது மணக்க மஞ்சள்நிற சில்க் ஜிப்பாவோட தான் வெளியில் போகத் தொடங்கினார்.

இன்னொரு பஞ்சாயத்துக்கு பக்கத்தூரிலிருந்து சம்சாரியின் அழைப்பு வந்தது. பானாழானா தனது அல்லக்கைகளோடு பஞ்சாயத்துக்கு போனார். இவரது தோரனையை பார்த்ததும் உள்ளூர் பஞ்ச்சாயத்துக் காரர்கள் பம்மினர். சம்சாரியின் இளம்மனைவி, கைப்பிள்ளையை சாக்கிட்டு, விவசாய வேலைகளை

பார்க்க மறுத்தாள். வாரம் தவிராமல் பக்கத்து நகரில் சினிமாவுக்கு கூட்டிட்டுப் போக அடம்பிடித்தாள். சம்சாரி விவசாயவேலைகளைப் பார்ப்பானா, பொண் டாட்டியோடு சொகுசா சுத்தி திரிவானா. மாமனார் மாமியார் சொல்லுக்கும் அவள் கட்டுப்படவில்லை. அவளை மணவிலக்கு செய்துவிட்டு, விவசாயக் குடும்பத்துக்கேத்த பெண்ணைப் பார்த்திருந்தனர்.

பஞ்சாயத்து கூடி பெண்தரப்பு நியாயம் கேட்டதில், “அண்ணே கைப்பிள்ளையை வச்சுகிட்டு தோட்டவேலை பார்க்கமுடியலே. ஆனா சோறாக்குறது, சோகம் தர்றதுன்னு புருசனுக்கு சவரட்டனை பண்றதில ஏதும் குறை வச்சிருக்கனா சொல்லுங்க. என்னை இஸ்டப் பட்டுதானே கட்டிக்கிட்டு வந்தாங்க.வாரிசுக்கு சிங்கக் குட்டியைப் பெத்துக் குடுத்துட்டேன். பிறகு என்னை எதுக்கு அத்துவிடனுமுன்னு துடியா துடிக்கிறாக. நா இந்த வீட்டுக்கு வாழத்தான் வந்தேன். அத்துட்டுப் போக இல்லே. கோர்ட்டு கச்சேரின்னு போனா அசிங்கமுன்னு பார்க்கிறேன். என்னை வச்சு வாழப் பிடிக்கலைன்னா எனக்கும் எம் பிள்ளைக்கும் பொழைக்குறதுக்கு வழிவகை செய்யுங்க. நா ஒதுங்கிக்கிறேன். இல்லாட்டி நா கோர்ட்டுக்குப் போறது தவிர வேற வழியில்லை” என்று மூக்கைச் சீந்தியபடி, பிள்ளையைக் கிள்ளி அழவிட்டாள்.

அவளுக்கு குடியிருக்க ரெண்டு சென்டில வீடும், பிள்ளைக்கும், அவளுக்கும் சீவனத்துக்கு நாலு சென்டில புஞ்சை நிலம் கொடுக்கிறதுன்னு முடிவாகி, பத்திரம் தயாரானதும், அவள் விடுதலைப்பத்திரம் எழுதிக் கொடுத்தாள்.

இதெல்லாம் முடிந்த அடுத்தவாரம் அந்தப் பெண், பானாழானா வீட்டுக்கு காலையில் கைக்குழந்தையோடு சென்றாள். அவரது சம்சாரத்திடம் முறையிட்டாள்.

“அக்கா நா கிரமமா புருசனோட குடும்பம் நடத்திகிட்டு இருந்தேன். கேப்பாரு பேச்சுக்கேட்டு, இவரு காசுக்கு ஆசைப்பட்டு, என் புருசனிடமிருந்து அத்து விட்டுட்டாரு. இப்ப வாழ்ற வயசில, பொழைப்பைத் தொலைச்சிட்டு தொன்னாந்து தெருவுல நிற்கிறேன். இவுரு எனக்கு வாழ்றதுக்கு வழி செஞ்சு தரலைன்னா, இவுரு வல்ல வேட்டு போட்டுக்கிட்டு வெளியே திரியமுடியாது பார்த்துக்கோ. அப்புறம் என்னைக் குத்தம் சொல்லக் கூடாது பார்த்துக்கோ.”

பானாழானாவின் மனைவி, வீட்டுக்குள் போய் அவரை எகிறினாள். “பஞ்சாயத்து பண்றதுன்னா ரெண்டு பக்கமும் சேதாரம் இல்லாமப் பண்ணனும். இப்படித் தெருவில போறதை எல்லாம் வீடுவரைக்கும் இழுத்துட்டு வர்ற மாதிரின்னா, உங்களுக்கு இந்த வீட்டில இடமில்லை. போயி நீங்களே அவளை சமாதானப்படுத்தி அனுப்புங்க” என்று வெளியே விரட்டினாள். மனைவியின் சாடலில் தொங்கிய மீசையை மேல்நோக்கி முறுக்கிவிட்டுக்கொண்டு தோளில் வல்லவேட்டின் மடிப்பை சரிசெய்து செருமலோடு வெளித் திண்ணைக்கு வந்தார்.

பானாழானா, அந்தப்பெண் சொல்றதெல்லாம் நிதானமா கேட்டார். கூடிய சீக்கிரம் நல்லது செய்றேன்; கவலைப்படாமப் போயிட்டு வாம்மா. எந்தப் பிரச்சினையும் உனக்கில்லாம பார்த்துக்கிறேன் என்று குழைவாகப் பேசி அனுப்பினார். இந்த சம்பவத்திற்குப் பின் ‘அத்துவிடறது, தீர்த்துவிடற பஞ்சாயதுக்கெல்லாம் போறதில்லை என்ற முடிவெடுத்தார். இடம் தொடர்பான விவகாரங்களுக்குப் போய் நெளிவுசுளிவாப் பேசி பேரையும் பணத்தையும் பேர்த்துவந்தார். இதற்காக அல்லைக்கைகள் இருவருக்கும் பேசப் பயிற்சி கொடுத்தார்.

இது தவிர சாவு வீட்டில் பிணத்தை எடுக்கவிடாமல் கடன் பைசல் பண்ண்ணச் சொல்லி தாவா பண்ற

வழக்குகளும், ரெண்டுமூன்று பெண்டாட்டிமாரோ, வப்பாட்டிமாரோ பிணத்தை எடுக்கவிடாமல் மல்லுக் கட்டுற வழக்குகளும் பைசலுக்கு இவரிடம் வந்தன. பானாழானா சூழ்நிலைக்கு ஏற்ப குரலை ஏத்தி, தாழ்த்தி, சமயங்களில் மிரட்டி, கெஞ்சி, இருதரப்பாரையும் சமாதானப்படுத்தி பிணத்தை அடக்கம் பண்ண செய்திடுவார். அதனால இவரைக் கட்டைப்பஞ்சாயத்து பழனியப்பன் என்று பேர் நீண்டு ‘ கானா பானா’ என்று செல்லமா சுருங்கியிருச்சு.

பக்கத்து நகரில் பத்துக் குடித்தனங்கள் வசிக்கும் குடியிருப்பில் பல வருசங்களாக வசிப்பவர்கள், வாடகை உயர்த்திக் கொடுக்கவும், வீடுகளை காலிபண்ணவும் மறுத்து அடம்பிடித்தனர். கட்டாயப் படுத்தினால் நீதிமன்றத்துக்குப் போவோம் என்றனர். இடத்துக்காரரர் கானாபானாவை நாடினார்.கோர்ட்டுக்குப் போனால், பத்து வருசத்துக்கு மேல் குடியிருக்கிறவங்க அனுபவப் பாத்தியம் கொண்டாடி வழக்கை இழுத்துவிடுவர். அப்புறம் கொக்கிச் சிக்கலாகிவிடும். பத்து வீடுகளில் ரெண்டுவீடு தனக்கு தருவதாக இருந்தால் வெறும் பத்தாயிரம் செலவோடு முடித்துத் தர்றேன் என்று பேசினார். இடத்துக்காரரர் யோசித்தார். பத்துக்கு ரெண்டுபோனா பாதகமில்லைன்னு ஒத்துக்கொண்டார்.

கானாபானா ஒரு நாடக நடிகரை குடுகுடுப்பைக் காரனாக நடிக்க அமைத்துக் கொண்டார். ஒரு சனிக் கிழமை இரவு குடுகுடுப்பைகாரரர் அந்தக் குடியிருப்பு பகுதியில் நடுச்சாமத்தில் உடுக்கை அடித்துக்கொண்டு, “இந்தப் பகுதியில் காத்துக்கருப்பு உலாவுது; என்தாயி சக்கம்மா சொல்றா. பன்னண்டு வருசத்துக்கு முன்னாடி கன்னி கழியாம நாண்டுகிட்டு செத்த கன்னி, ஏக்கத்தோட உலாவுறா. தன் சாவுக்கு காவு வாங்கத் துடிக்கிறா.. இதுக்கு ஆத்தா சக்கம்மாவுக்கு பரிகாரம் பண்ணனும் தாயி சக்கமா சொல்றா..” முழங்கிச் சென்றார். அரைத்

தூக்கத்தில் கேட்டுகொண்டிருந்த குடியிருப்புவாசிகள் பலர், பயத்தில் புரண்டு புரண்டு முழு தூக்கத்தையும் இழந்து விடியக்காலையில் தான் கண்ணசந்தனர்.

இவர்களில் சிலர் பழக்கதோசத்தில் விடிகாலையில் எழுந்து கொல்லைப்புறம் போனவர்கள். எதோ கவிச்சி நாறுவதை நுகர்ந்து பின்கதவைத் திறந்து பார்த்தனர். மனித கை கால் எலும்புகளும், மயிர்ச்சுருளும் கிடந்தன. பார்த்தவர்களுக்கு பேதிகண்டு கழிவறைகளில் தஞ்சம் புகுந்தனர்.

முன்பகல் பதினோருமணிக்கு குடியிருப்புதாரர்கள் கலந்து பேசினர். அவர்களுள் வீட்டுக்காரருக்கு இணக்கமா பேசக்கூடியவர் ஒருத்தரை அனுப்பி ஒரு பெண் நாண்டுகிட்டு செத்தது உண்மையா என்றறிந்து வரச்சொன்னார்கள். அவர் இடத்துக்காரரிடம் விசாரித்தார். இடத்துக்காரர், "ஆமாங்க, பன்னிரண்டு வருசத்துக்கு முந்தி இந்த வீடுகள் கட்டியபுதிசில் என் தங்கை ஒருத்தி காதல் தோல்வியில் தற்கொலை பண்ணிக்கொண்டாள். அவள் இறந்த திதி பன்னெண்டு வருசம் கழிச்சு அதே நாளில் வருகிறது. அந்த ஆத்மா சாந்தி அடைய வர்ற ஞாயித்துகிழமை இராமேஸ்வரம் போய் ஆதமசாந்தி ஹோமம் பண்ணலாமுனு இருக்கோம். வீட்டில யாரும் ஒத்துவர மாட்டேங்கிராங்க. வாங்க நீங்க பெரியவங்க, எங்கப்பாவோட பேசுறீங்களா."

"பெத்தமகன் நீங்க சொல்லியே உங்க அப்பாரு கேட்கலைன்னா, ஐயா அந்த அளவுக்கு என்பேச்சைக் கேப்பாங்களா" என்று நழுவியாவர், சக குடியிருப்பு வாசிகளிடம் நடந்த விவரங்களைச் சொல்லிவிட்டார். பெண் தற்கொலை என்பதும் ஆவி உலவுவதும் உறுதியானதும் ஒவ்வொரு குடித்தனமாக காலிசெய்து வேறிடங்களுக்குச் சென்றனர். இடத்துக்காரர் மூன்று மாதம் ஆறப்போட்டு, அந்த வீடுகளில் நவீனமாக

மாற்றங்களைச் செய்து புது வர்ணங்கள் பூசி புதுவீடுகள் போல மாற்றினார்.

கானாபானா, ஒரு சலவைத்தொழிலாளியிடம் இரண்டு கழுதைகளை ஒருநாள் வாடகைக்கு பேசி, தோஷம் கழிக்க கழுதைகளுக்கு கல்யாணம் என்று ஆட்டோவில் விளம்பரம் செய்து மேளதாளத்தோடு பிள்ளையார் கோவில் முன் தாலிகட்டி ஊர்வலமாக நடத்திச் சென்று, அந்த குடியிருப்பைச் சுற்றி வலம் வரச்செய்து ஒரு வீட்டுக்குள் இரு கழுதைகளையும் அடைத்தார். வீட்டுக்குள் அடைபட்ட கழுதைகள் இராத்திரி முழுதும் கத்தி கத்தி ஓய்ந்தன. மறுநாள் காலையில் கழுதைகளை சலவைத் தொழிலாளியிடம் ஒப்படைத்துவிட்டு வீட்டைக் கழுவி சுத்தம் செய்து சாம்பிராணி புகைகாட்டி சிதறுதேங்காய் உடைத்தார். கழுதைகளுக்கு கல்யானம் பண்ணி வைத்து ஆவியை விரட்டிய செய்தி மாவட்டம் முழுதும் பரவியது. அந்தவழியாக போகிற வருகிறவர்கள் சற்று நின்று அந்தவீட்டை பார்த்து நகைத்தவர்கள், தவிர்க்காமல் ‘வீடு வாடகைக்கு’ என்ற அறிவிப்பையும் கண்டனர்.

முதல்வீட்டை விட்டுவிட்டு கானாபானா இரண்டாவது வீட்டில் தனது அல்லைக் கைகளோடு பால்காய்ச்சினார். தான் நகருக்கு வந்தால் தங்குவதற்கு தேவையான தளவாட சாமான்களை வாங்கி வீட்டை அமைத்துக்கொண்டார். வாடகை குறைவாகவும் இருந்ததால் ஐந்துமாத வாடகை முன்பணமாகக் கொடுத்து இரண்டு ஆண்டுகளுக்கான வாடகைஒப்பந்தம் எழுதிக் கொடுத்து எட்டுவீடுகளுக்கும் ஆள்வந்தனர். இடத்துக்காரரர் தான் சொல்லியபடி இரண்டு வீடுகளை கானாபானாவுக்கு பத்திரம் பதிவு செய்து கொடுத்தார்.

இந்த சமயத்தில் குடுகுடுப்பைகாரர் வேஷமிட்ட நாடக நடிகர் விபத்தில் இறந்துவிட்டார் என்று தகவல்

வந்தது.துக்கம் கேட்கப்போன கானா பானாவிடம், விதவைமனைவி கை குழந்தையோடு ஆதரவு கேட்டு அழுதாள். அவளை தனக்கு கிடைத்த குடியிருப்பு வீட்டின் முதல்வீட்டில் தாங்க வைத்தார். அவ்வப்போது பொருளுதவியும் செய்தார். அந்தப் பெண் கானாபானா வின் மனைவி என்ற தோரணையில் இருவீடுகளையும் ஆண்டாள். ஒருவீட்டை அவர் சம்மதத்தோடு வாடகைக்கு விட்டு வீட்டுச் செலவுகளுக்கு வைத்துக் கொண்டாள். கானாபானா நகருக்கு வந்தாள் அவளுடன் தங்கிச் செல்வார். கானாபானாவின் மனைவிக்கு இது தெரிய வந்தபோது, நரி இடம்போனா என்னா, வலம் போனா என்னா நம்மளைக் கடிக்காமாப் போனாபோதும் என்று கண்டு கொள்ளவில்லை.

கானாபானா நல்ல நடமாட்டத்தோடு இருக்கும்போதே அந்த இருவீட்டை ஒன்றை தன் பேருக்கும், இன் னொன்றை தன் மகள்பேருக்கும் பதிவு செய்துகொண்டாள். பெண்கள் படிப்பறிவு கூடவும் எவரும் கட்டை பஞ்சாயத்தை நாடுவதில்லை.மகளிர் காவல்நிலையம், இல்லைன்னா வக்கீல் மூலமா குடும்பகோர்ட்டுன்னு போயிர்றாங்க. கானாபானா துவண்டு போனார். ஓசியில கிடைச்ச கறியும், தண்ணியும் கானாபானா உடம்பை நோய்க்கிடாங்காக்கி தள்ளியது. வீட்டுக்கும் தெருமுனைக்குமா நடந்தாலும் பழைய சில்க்ஜிப்பா, வள்ளவேட்டு கெத்தை விடவில்லை. அவரை நடக்க விட்டு பின்னால், ஊர்சனங்க 'கூடிய சீக்கிரம் இந்தத் தெருவில ஒரு கட்டப்பஞ்சாயத்து நடக்கப்போகுது' என்று நக்கலடித்தனர்.

கானாபானா திரும்பி முறைத்து, "மாடு இளைச்சாலும் கொம்பு இளைக்கலைடா. வாங்கடா எவனாச்சும் ஆம்பிள்ளை என் கையை மடக்குங்குடா பார்ப்போம் "என்று மை தடவின மீசையை முறுக்கிவிட்டு உறுமி, வலக்கையை விறைப்பாக நீட்டினார். பின்னால் எந்த

சத்தமும் கேட்கலை என்பதை உறுதிபடுத்திக் கொண்டு மீசையை முறுக்கிக்கொண்டு கெத்தாக சேவல்நடை நடந்தார்.

ஒருநாள் ஊர்சனங்க எதிர்பார்த்தமாதிரி, கானாபானா விடியக்காலையில் எழுந்திருக்கவில்லை. விறைத்துக் கிடந்தார். ஊர் மணியக்காரரும், கிராமநிர்வாக அலுவலரும் உறுதிபடுத்தியபின் மரண அறிவிப்புக்கு ஏற்பாடாயிற்று.கிராம நிர்வாக அலுவலர் ஆகவேண்டிய வேலைகளைக் கவனித்தார். ரோட்டுப்பட்டி மக்கள் மட்டுமன்றி, சுத்துப்பட்டி மக்களும் கானாபானா வீட்டின் முன்னே கட்டினவளுக்கும், சேர்த்துகிட்டவள்களுக்கும் மத்தியில் நடக்கும் கட்டப்பஞ்சாயத்தை எதிர்நோக்கி காத்திருந்தனர்.

கட்டினவள் புருஷன் செத்ததுக்கு அழுவதைவிட சொத்தைக் காப்பாத்திக்க எதையும் எதிர்கொள்ள மகனோடு உஷாராக இருந்தாள். இரண்டு மூன்று பெண்கள் “ராசா எனக்கு வழிவகை செய்யாமப் போயிட்டியே” என்று தலைவிரிகோலமாக வீட்டுக்கு எதிரே உட்கார்ந்து ஒப்பாரிவைத்து மூக்கைச் சீந்திக் கொண்டிருந்தனர். பெரியசாவு என்று கிராமத்தின் பொதுவில் வருகிறவர்களுக்கெல்லாம் பசியமர்த்த ஏற்பாடு செய்திருந்தனர். கிராமத்து பெட்டிகடைகளில் குடிக்க கொறிக்க ஏவாரம் களைகட்டியது. குழுமிய சுத்துப்பட்டி சனங்கள் உச்சகட்ட காட்சியைக் காண ஆர்வமாயிருந்தனர்.

கானாபானாவின் அல்லக்கைகள் மூன்று அணிகளாகப் பிரிந்து தம் கீழ்க்கைகளுக்கு குடிக்க கொறிக்க வாங்கிக் கொடுத்து, தம் தலையின் பாடைமுன்னே நடக்கவிருக்கும் கட்டப்பஞ்சாயத்தில் தலையிட்டு பைசல் பண்ணி தலைவனது பட்டதைக் கைப்பற்ற கண்கொத்திப் பாம்பாகக் காத்திருந்தனர்.

பகல் ஒருமணி வாக்கில் கிராம அலுவலர் ஏற்பாட்டில் ஒரு போலிஸ்ஜீப்பும் ஆம்புலன்ஸுூம் வந்தன. காவல்துறை ஆய்வாளர் ஒப்பாரி மைக்கை வாங்கி பேசினார். “பெரியவர் பழனியப்பன் தன் உடலை மனைவி மகன் சம்மதத்தோட மருத்துவக் கல்லூரிக்கு தானமாக எழுதிக் கொடுத்துவிட்டார். அவருடம்பை யாரும் உரிமை கொண்டாட முடியாது.ஒருமணி நேரத்துக்குள் அவரு குடும்ப நடைமுறைப்படி செய்யவேண்டிய சாங்கியங்களைச் செய்துட்டு உடம்பை ஆம்புலன்ஸில் கொண்டுபோக ஒத்துழைப்பு கொடுங்க.”

காவலதிகாரி அறிவிப்பைக் கேட்டதும் இலவுகாத்த கிளிகள் போல கூட்டம் கலையத் தொடங்கியது. ‘கானபானா கில்லாடிய்யா! காளை செத்தாலும் கொம்பு இளைக்கலை’ என்று வந்திருந்த சுத்துப்பட்டி சனங்கள் அவரது பிரதாபங்களை பேசியபடி நடந்தனர்.

– உயிர் எழுத்து, ஜூலை 2024

7. கிளை தாவும் வேதாளங்கள்

'அவசரப்பட்டு தப்பான தொழிலில் இறங்கிட்டோமோ... ', சேகர் மனதுக்குள் குமைந்தான். ஜீன்ஸ் பேன்ட்டும், டெனிம் சர்ட்டுமாக செமையாக உலாத்தினோம்; கம்ப்யூட்டர் முன்னால உட்கார்ந்து உலகையே கலக்கினோம். இன்னும் ரெண்டுமாசம் பொறுத்திருந்திருக்கலாம். அவசரப்பட்டு காய்கறி வண்டி தள்ளி விற்று வயிற்று பிழைப்பை ஓட்டுறது மில்லாமல், ஒரு தூசி துரும்புக்குகூட பெறாதவனை எல்லாம் அனுசரித்துப் போகவேண்டியிருக்கு.

இல்லை. செய்தது சரிதான். சுனாமி வீசினால் ஒருவாரம் பாதிப்பிருக்கும். ஆனால் கொரோனா வீசி உலகையே புரட்டிப்போட்டுருச்சே.... வருசங்கள் ரெண்டு கடந்தும் பாதிப்பு தீரலையே! கொரோனா தொடக்கத்தில் ஆறுமாசம் பாதி சம்பளமாவது கொடுத்தார்கள். அப்புறம் போகப்போக நஷ்டக்கணக்கு காட்டி ஆள் குறைப்பு செய்து முன்னறிவிப்

பில்லாமல் தெருவில் எறிந்து விட்டார்கள். நல்லவேளை, கவிதாவுக்கு நித்தியகண்டம்ன்னாவது வேலை தொடருது. நிலையில்லாத வேலை, அரைகுறை சம்பளம், நேரம்கடந்த வேலையை நம்பி, இரண்டு குழந்தைகளோடு எப்படி குடும்பம் நடத்தமுடியும்?

எத்தனை மாதம் தான் தகுதியான வேலைக்கு மின்னஞ்சலில் தூண்டில் போட்டு பெரியமீனுக்கு தவமிருப்பது? வருவதெல்லாம் குறைந்த சம்பளம், நிறைய நேர வேலை. அதற்கும் போட்டி. அந்த நிறுவனத்தில் யாராவது அறிமுகமான பணியாளர் பரிந்துரை. கணிப்பொறி முன் ஆடம்பரமான அடிமையாக இருப்பதற்கு, சுதந்திரமாக தெரு தெருவாக காய்கனி விற்று பிழைத்துக் கொள்வோம். குடும்பத்தைக் காப்பாத்திக் கொள்வோம் என்று இறங்கினது தப்பே இல்லை தான்.

இங்கே என்ன குறை? அங்க மாதிரி ஆடம்பரமா உடுத்திக்கிட்டு, குளிரூட்டப்பட்ட அறையில் குந்தி, நுனி நாக்கில் பேசிக்கொண்டு துரிதவுணவை அரைகுறையாக தின்று திரிய முடியாது. வாராந்திர சொர்கத்தில் மிதக்கமுடியாது. ஆனால் இங்கே மக்களோடு பழகி சுகதுக்கங்களை பகிர்ந்து, பம்மாத்தில்லாத வார்த்தையில் உறவாடி மக்களுள் ஒருவனாக இருக்கிறோம். இந்த நிம்மதி அங்கில்லையே. இப்படியான வாத பிரதி வாதங்கள் அடிக்கடி சேகரின் மனதுக்குள் நிகழ்கிறது.

கொரோனா தொற்றின் தாக்கம் வற்றிய பின்னும் ஆறுமாதங்கள் வேலையில்லாதிருந்த சேகருக்கு உதவுவாரில்லை. மென்பொறி உலகத்தில் மிதந்து வேற்று பெண்ணை மணந்து குடும்பமுமாகி திரிசங்குலகில் எத்தனைக் காலம் தொங்குவது? மனைவி கவிதா வேலை நீடிக்கும்வரை பார்க்கட்டும். தான் எதாவது அழுக்குபடாத வேலையில் தொற்றிக்கொள்ள சான்றிதழ்களோடு கம்பனி கம்பனிகளாக அலைந்ததில் பலனில்லை.

ஒருநாள், டீக்கடையில் வடையை கடித்து டீயை சுவைக்கும்போது பார்த்தான். ஒரு வயதானமனிதர் காய்கறி வண்டியைத் தள்ளி விற்றுவந்தார். ஒரு பெண்மணி, "என்னண்ணா மதிய சாப்பாட்டுக்கா"

"ஆமா தங்கச்சி, வாங்கியாந்த சரக்கெல்லாம் வித்துப் போச்சு. அஞ்சாறு கிடக்கு, அதுவும் வீடு போறதுக்குள்ள வித்துரும். காலாகாலத்தில் அஞ்சாறு பருக்கையை தின்னுட்டு தூங்கி எந்திரிச்சா காலையில் நாலுமணிக்கு எந்திரிச்சு பெரியமார்கட் போற அலுப்பு தீரும். நாளைக்கு காலையில் தூக்கச்சடவு இல்லாம தெளிச்சியாய் காய்க பார்த்து வாங்க தோதா இருக்குமில்லே..."

அந்தமனிதரின் வெள்ளந்தியான பேச்சு சேகரை ஈர்த்தது. உடனே அவரை அணுகி தனது நிலையைச் சொல்லி, தான் காய்கறி வியாபாரம் செய்யலாமா என்று கேட்டான். "ஓ, தாராளமா செய்யலாங் காளை. தானா உழைச்சு சம்பாரிக்கிறதில இருக்குற சந்தோசமும், கண்ணியமும், மருவாதியும், ஆளை மினுக்கி பந்தாகாட்டி பிழைக்கிறதில் இல்ல அப்புனு! ஒருநா காலை நாலுமணிக்கு பெரியமார்கட்டுக்கு வா, நான் எப்படி காய்கனி வாங்குறேன்னு பாரு. தெருவில நான் எப்படி விக்கிறேன்னு ரெண்டுமணிநேரம் பாரு. பெரியபடிப்பு படிச்ச நீ நெளிவு சுளிவுகளைக சுலுவா கத்துக்குவ. இந்த மீனட்சிபட்டினத்தில நீ ஒருத்தன் புதுசா காய்கறி விக்கிறதினால என் ஏவாரம் குறைஞ்சிறாது. என் ஏரியா வேற; பழக்கவழக்கம், நீக்கு போக்கு வேற. ஒன் ஏரியா வேற. நீயும் பழகிக்குவே. உன் முகக்கூருக்கு பொம்பளைக விரும்பி வாங்குவாக. நீ மட்டும் கடன்கொடுக்காம இதம்பதமா உஷாரா இருக்கணும். அர்த்தமாகுதா..."

பெரியவர் பெருமாள் சொன்னதை வேதவாக்காகப் பற்றிக்கொண்டான். காய்கறிகளும், விற்கும் தள்ளு

வண்டியும் வாங்க பணம் வேண்டுமே. எங்கே போவது. கையிலிருந்த நகைகளும் பணமும் கொரோனா முடக்கத்தில் கரைந்து போனதே, அங்குமிங்கும் அவசரத்துக்கு வெளியே போய்வர பைக் மட்டுமே உண்டு. அதை விற்கமுடியாது.தனது சொந்த பயன்பாட்டிற்காக வாங்கிய ஆப்பிள் கம்ப்யூடரை பர்மா பஜாரில் விற்க பல கடைகளுக்கு அலைந்தான். வாங்க அஞ்சுவதுபோல் பாவனை காட்டி அலைக்கழித்தார்கள். கடைசியில் முப்பதாயிரம் தான் தேறியது.

திலகர்திடல் சந்தைப்பேட்டைக்கு சென்று ஓரளவு நல்லநிலையில் உள்ள நான்குசக்கர வண்டியை இருபதாயிரத்துக்கு திகைத்தான். ஒரு டாடா ஏசி குட்டியானை வண்டியில் ஏற்றி தான் வசிக்கும் சோமசுந்தரம் காலனி குடியிருப்புக்கு கொண்டுவந்தான். அந்தப்பகுதியில் பழக்கமான ஆட்டோ டிரைவரைச் சந்தித்து காலை மூணுமணிக்கு மாட்டுத்தாவணி பெரிய காய்கறி மார்கட்டுக்குப் போகவேண்டும் என்று வீட்டுக்கு வருவதை உறுதிப்படுத்திக் கொண்டான். அதிகாலையில் ரெண்டுமணிக்கு எழுந்து குளித்து அம்மா அப்பாவையும் குலதெய்வத்தையும் நினைத்து கும்பிட்டான். மனைவிக்கும் குழந்தைகளுக்கும் முத்தமிட்டுவிட்டு வெளியே வந்திருந்த ஆட்டோவில் ஏறி மார்கட்டுக்கு போனான். அங்கே வந்திருந்த பெரியவர் பெருமாளை சந்தித்து வாழ்த்துகளைப் பெற்றான். பெரியவர் சேகரை காய்கறி மொத்த வியாபாரிகளிடம் அறிமுகப்படுத்தி நியாயமானவிலையில் அவருக்கு வாங்குவதுபோல் சேகருக்கும் வாங்கிக் கொடுத்தார். வாங்கிய காய்கறிகள் ஆட்டோ நிறைந்திருந்தது. ஆறு மணிக்கு வீடு திரும்பினர். அவனது வீடு கீழ்த்தள வீடு என்பதால் வண்டியை நிறுத்துவதற்கும், வாங்கிவந்த காய்கறிகளை பத்திரப்படுத்தி வைக்க முன்னறை ஏதுவாகவும் இருந்தது.

ஒருமணிநேரம் சற்று தளர்வாய்ப் படுத்தான். 'இதுவரைக்கும் பழக்கமில்லாத புதுத் தொழில் செய்யப் போகிறோம்; அசாதாரண பொறுமையோடும், புத்திசாலித் தனத்தோடும் நடந்துக்கணும். இதில் ஜெயித்துக் காட்டணும்' என்று இருமுறை மனத்துள் சொல்லிக் கொண்டே படுத்தான். சரியாக ஏழுமணிக்கு எழுந்து வண்டியின் மீது ஈரச்சாக்கை விரித்தான். கத்தரிக்காய், வெண்டை, தக்காளி, உருளைக்கிழங்கு, சின்னவெங்காயம், பெரியவெங்காயம், கேரட், முட்டைக்கோஸ் போன்ற வற்றை ரெண்டிரண்டு கிலோ அளவுக்கு பரத்தினான். இவற்றுக்கு நடுவே பாத்தி பிரிப்பது போல் புடலங்காய், பீர்க்கங்காய், முருங்கைக்காய் போன்றவற்றை குறுக்கும் நெடுக்குமாய் அழகுற வைத்தான். எஞ்சிய இடத்தில் பச்சைமிளகாய், இஞ்சி, கறிவேப்பிலை, கொத்துமல்லி புதினாவை வைத்துக்கொண்டான். எடைபோடும் எந்திரத்தையும், காசுபோடும் டப்பாவையும் தனது கைக்கு தோதாக முன்பக்கம் வைத்துக் கொண்டான். வண்டியில் காய்களை பரத்தியிருந்தது வண்ணக் கலவை யாய் கண்களை ஈர்த்தது. மீதத் தக்காளி பெட்டியையும், காய்கறிகளையும் தனித்தனி குட்டிசாக்குகளில் வண்டியின் கீழுள்ள பரணில் வைத்துக்கொண்டான். வண்டியின் முன்பக்கம் சிறு ஒலிபெருக்கி பொருத்தியிருந்தான். அதை இயக்கினால், 'வாங்கம்மா, வாங்குங்கம்மா தரமான காய்கறிகள்; நியாயமான விலையில் வாங்குங்கம்மா' என்று ஒலித்துக்கொண்டே இருக்கும்.

முதல்நாளே அவனது குடியிருப்பில் உள்ளோரே கணிசமாக வாங்கினர். கால்கிலோ வாங்குவோருக்கும், ஒருகிலோ வாங்குவோருக்கும் விலை நிர்ணயிக்கும் நீக்குபோக்குகளை பெரியவர் சொல்லிக் கொடுத்திருந்தார். சேகரிடம் காய்கள் தரமாகவும், ஒப்பிட்டளவில் விலை குறைவாகவும் இருந்ததால் அந்தக் குடியிருப்பில் உள்ள

உருமாற்றம்

சிறுகடைக்காரர்களும், சேகரிடம் காய்கனிகளை வாங்கலாயினர். இந்தவகையில் மூன்றிலொரு பங்கு காய்கள் விற்றன. மீதி குடியிருப்புகள் ஒவ்வொன்றின் முன்னும் நின்று அரைமணி ஒலிபெருக்கியை இயக்கினான். பரவலாக மக்கள் வந்து வாங்கிச் சென்றார்கள். அந்தப் பகுதியில் உள்ள மூன்று அடுக்ககக் குடியிருப்புகளில் பெரும்பாலான காய்கறிகள் பனிரெண்டுமணிக்குள் விற்று தீர்ந்தன. இப்படி விற்றபின் கணக்கு பார்த்தால் செலவு நீங்கலாக ஆயிரம்ரூபாய் வரை மிஞ்சும். இது ஒருமாதத்திற்கு சராசரியாக முப்பதாயிரம் கிடைக்குதே. இதில் சற்று உடலுழைப்பு கூட. ஆனா நிமதியான சுதந்திரமான வாழ்க்கை. இந்த நிம்மதி மென்பொருள் வேலையில் கிட்டவில்லையே என்று பெருமைப் பட்டான்.

முதல் மாதம் எல்லாம் சுமுகமாகப் போய்க் கொண்டிருந்தது. ஒருநாள் ஒரு ட்ராபிக் போலீஸ்காரர் பைக்கை சேகரின் வண்டியை மறித்து நிறுத்தினார். இது என்ன வழிப்பறியா என்று அதிர்ந்தான். “என்ன மிஸ்டர், ரோட்டில் ட்ராபிக்கிற்கு இடைஞ்சலா ஏவாரம் பண்ணுறே. ட்ராபிக் ரூல்ஸ் தெரியாதா. ஸ்பீக்கர் வச்சுகிட்டு நாய்ஸ் பொல்யூசன்ஸ் வேற பண்ணுறே, ஸ்டேசனுக்கு வண்டியை விடு.”

“சாரி சார், நான் ரோட்டோரம் மரத்தடியில்தான் வண்டியை நிறுத்தி ஏவாரம் பண்ணுறேன். ஸ்பீக்கர் சவுண்ட் குறைச்சுத்தான் வச்சிருக்கிறேன். ரோட்டோரத்தை விட்டு ரோட்டு நடுவுல ஏவாரம் பண்ணமாட்டேன் சார்.”

“உன்னை பார்த்தா படிச்ச விவரமான பையனா தெரியறே, போலிஸ் ரூல்ஸ் தெரியாம நடந்துக்கிறியே. மத்த வண்டிக்காரங்ககிட்ட கேட்டு தெரிஞ்சுக்கலாமில்ல. சரி, இரநூறு கொடு, சார்ஜண்டுக்கு படிகட்டணும்.”

“சார் ஒருநாளைக்கு செலவுபோக நானூறு தான் மிஞ்சும். உங்களுக்கே இரநூறு எப்படி கொடுக்கறது? நானே சாப்ட்வேர் வேலையை இழந்துட்டு தெருவுல காய்வித்துப் பிழைக்கிறேன்.”

“சரி, உன்னையை பார்த்தா பாவமா இருக்கு. நான் ட்ராபிக் சார்ஜண்டுக்கு பதில் சொல்லணுமே. கால் கிலோ வெண்டை, கத்தரி, முருங்கை, ஒருகிலோ தக்காளி ஒரு பையில் போட்டுக்கொடு சார்ஜண்டை சரிகட்டிக்கிறேன்... ம்... சீக்கிரம் போடு. இன்னும் நிறைய இடத்துக்குப் போகணும்” சேகர் மனக்கொதிப்பை மறைத்து, முகத்தில் பவ்வியம் காட்டி காய்கறியை நெகிழி பையில் போட்டுக் கொடுத்தான்.

அரைமணிநேரம் கடந்திருக்கும். முனிசிபல் கார்ப்பரேசன் ஊழியர் ஒருத்தர், கார்ப்பரேசன் இடத்தில் வண்டியை நிறுத்தி காய்கறி விற்பதற்கு மகமை என்று ஐம்பது ரூபாய் ரசீது கொடுத்து பணம் வாங்கிப் போனான். வெயில்கொதிப்பும், மனக்கொதிப்பும் சேர்ந்து உடலில் வியர்வை பொங்கி பனியன் சட்டையை நனைத்திருந்தது. முகவேர்வை அழகுத்தாடியை நனைத்து நமைச்சலைத் தந்தது.மரத்தடியில் நின்றான். நிழல்பரப்பிய கொன்றைமரம் ‘ஹேண்ட்ஸ் அப் ‘ சொல்லப்பட்டதுபோல் காற்றின்றி அசைவற்று நின்றது. தன் காற்றையே உடலில் ஊதி, ஊதி ஆசுவாசப்படுத்திக் கொண்டான்.

இன்னொரு போலீஸ்காரரர் பைக்கில் வந்து மறித்து நின்றார். வலது ஆள்காட்டிவிரலை அசைத்து அருகில் வரச்சொன்னார். “என்ன தம்பி, ட்ராபிக்கை மறிச்சு நடுரோட்டில் ஏவாரம் பண்றே. உனக்கு ரூல்ஸ் தெரியாதா?”

“சார் வணக்கம், இப்பத்தான் திரி ட்வெண்டி ஏட்டய்யா வாங்கிட்டு போனார்.”

“அது கிடக்கட்டும். இந்த ஏரியாவில ரெண்டு பீட் கிராஸ் ஆகுது. பீட் ஒன்னுக்கு கொடுத்தது மாதிரி, பீட் ரெண்டுக்கும் குடுக்கணும்னு தெரியாதா. இரநூரை எடு”

“ஸார், எனக்கு கிடைக்கிறதே நானூறுதான். அதை உங்களுக்கு கொடுத்துட்டு, குடும்பம் எப்படி பிழைக்கிறது?”

“அப்ப நீ குடுக்கலைன்னா வண்டியை ஸ்டேசனுக்கு தள்ளு. அங்கே அய்யாகிட்டே, ட்ராபிக் நியூசனன்ஸ் கேஸுக்கு பதில் சொல்லிட்டு வண்டியை எடுத்துட்டு வா.”

சேகருக்கு மனம் கொதித்து முகம் சிவந்தது. மரத்துக் கிளை அசைந்து இலேசாக காற்று உடலைத் தழுவியது. கொஞ்சம் யோசித்தான். இவர்களை வேறவழியில் தான் அடக்கணும். “சார், இந்தாங்க அவருக்கு நூறு ரூபாய் கொடுத்தேன். உங்களுக்கும் நூறு ரூபாய்” என்று நோட்டை மடித்துக் கொடுத்தான். “தம்பி, இளவட்டமா இருக்கிறே புத்தியோட பிழைச்சுக்க” என்று போலீஸ்காரரர் கிளம்பினார்.

சேகருக்கு மனம் குமுறியது. வண்டியை சற்று தூரம் தள்ளி இன்னொரு குடியிருப்பு அருகே போனான். ஒலிபெருக்கி சத்தம்கேட்டு பெண்கள் மூன்று நாலுபேர் வந்து தேவையான காய்கறிகள் வாங்கிச் சென்றது ஆறுதலாக இருந்தது.

மனதெல்லாம் இந்த போலிஸ் பூனைகளுக்கு மணி கட்டுவது எப்படி என்று யோசித்துக் கொண்டிருந்தது. யோசனையோடு வண்டியை அடுத்த குடியிருப்பை நோக்கித் தள்ளினான். அங்கும் பெண்கள் கூட்டமாக வந்து காய்களை வாங்கினார்கள். கொஞ்சம் உருளைக் கிழங்கும், வெங்காயம் மட்டுமே மிஞ்சியது. வண்டியை நடைபாதை வியாபாரிகள் சங்கக் கட்டிடத்தை நோக்கி செலுத்தினான்.

இந்த நேரத்தில் தலைவரும் செயலரும் ஒரே இடத்தில் இருப்பது ஆச்சரியமாக இருந்தது. சேகர் காவலர்கள் தரும் சிரமங்களைச் சொன்னான். “இவிங்க இப்படித்தான் தம்பி, இவுனுகளை கண்டும் காணாம பொழைப்பை ஓட்டிகிட்டே போகணும். இதை ரொம்பவும் யோசிச்சா பிழைப்பு நடத்தமுடியாது. குரைக்க வர்றது முன்னால போடவேண்டியதை போட்டுட்டா கவ்வி வாலை ஆட்டிகிட்டு போயிருங்க. முரண்டோமுன்னா மேல விழுந்து பிராண்டும், கடிச்சு குதறும். அப்புறம் பிழைப்பை விட்டுட்டு அதுக்கான வைத்தியம் பார்த்துகிட்டு அலையணும்” என்று தலைவர் சொன்னார்.சேகரது மனம் சமாதானப்படலை.

“ஆமாங்க தம்பி, இப்பத்தான் நாங்க ரெண்டுபேரும் ஒரு போலிஸ் பஞ்சாயத்துக்கு போயிட்டு வர்றோம். ஒன்னாம் வீதி திருப்பத்திலே பாலத்துக்கு பக்கத்தில் சுந்தரம் வண்டியில பழம் வச்சு வித்துகிட்டு இருந்தார். இப்படித்தான் போலிஸ்காரங்க ரெண்டுபேரு ஒருத்தர் பின் ஒருத்தரா மாமுல் கேட்டு நச்சரித்திருக்கிறாங்க. சுந்தரம் உங்களாட்டம் இளவட்டம். ‘இப்பத்தானே ஒருத்தர் மாமுல் வாங்கிட்டு போனாரு. தினசரி மாமுல் யார்கிட்ட கொடுக்கிறதுன்னு ஸ்டேசன்ல இருந்து பேரு வாங்கிவந்து தாங்க. என்னால ஏண்டதைத் தர்றேன்’னு சொல்லியிருக்கிறார்.

‘ஏய், ட்ராபிக் இடைஞ்சல் பண்ணுறதில்லாம சவடாலா பேசுறே’ என்று லத்தியை ஓங்கி வண்டியில போலீஸ்காரர் அடிக்கவும், அடுக்கிவச்சிருந்த ஆப்பிளும், மாதுளையும் சிதறி ரோட்டிலும் பக்கத்து கால்வாயிலும் விழுந்திருச்சு. கருந்தண்ணியில் ரத்தசொட்டுகள் கணக்கா ஆப்பிளும் மாதுளையும் மிதந்ததாம். சுந்தரம் ஆவேசமா போலீஸ்காரரது லத்தியை பிடுங்கி வாய்க்காலில் எறிந்துவிட்டார். அதுவுமில்லாமல் போலீஸ்காரர்

லத்தியால் வண்டிமீது அடித்ததை வீடியோ எடுத்து வாட்ஸ் அப்பில் போட்டுவிட்டார். இந்த செய்தி தெரிஞ்சு அக்கம்பக்க ஏவாரிகள் வர ஆரம்பிச்சுட்டாங்க. போலீஸ்காரரர் சுதாரித்துக்கொண்டு ஒரு ஆளைப்பிடித்து பழவண்டியை போலிஸ் ஸ்டேசனுக்கு தள்ளிட்டுப் போய் எஸ்.ஐ கிட்ட புகார் கொடுத்துட்டார். எங்களுக்கு தகவல் தெரிஞ்சு போனோம். சப் இன்ஸ்பெக்டர் கிட்ட நயந்து பேசி, ஒரு ஐநூறு கொடுத்து கேஸ் இல்லாம சுந்தரத்தை மீட்டிகிட்டு, வண்டியை தள்ளிகிட்டு வரச்சொன்னோம். போலிஸ் கிட்ட பழகுறது நல்லபாம்பு கிட்ட பழகுறது மாதிரி எச்சரிக்கையா இருக்கணும்.”

சேகர் இதைக் கேட்கவும் உக்கிரமடைந்தான். “சுந்தரம் இருந்த இடத்தில் நானிருந்தேன்னா..., லத்திக்கு பதிலா போலீஸ்காரரை வாய்க்காலில் தூக்கி எறிந்திருப்பேன். குடும்பம் பிள்ளைகள் இருக்காங்கன்னு கொஞ்சம் பணிஞ்சு போனா ரொம்பவும்தான் ஆடுரானுக. சரிங்க தலைவரே, இந்த பிரச்சினைக்கு முடிவுகட்ட யோசனை கேட்டு உங்ககிட்ட வந்தா, நீங்க ரொம்பவும் வளையரீங் களே. குட்டக் குட்ட குனிஞ்சா நாம நிமிரவே முடியாது. வட்டிக்கு கடன்வாங்கி தொழில் பண்ணுற நாம, வர்ற வருமானத்தை எல்லாம் லஞ்சமா கொடுத்துட்டு, குடும்பத்தை எப்படி நடத்துறது, தொழில் எப்படி பண்ணறது? இந்த மாதிரி பிரச்சினைகளுக்கு சட்டபூர்வ தீர்வு காணத்தானே சங்கம் வச்சிருக்கோம்? நாமலே வளைஞ்சு கொடுத்தா எப்படி”

“தம்பி, நீங்க இளரத்தம் பேசுறதைக் கேட்க நல்லாத்தான் இருக்கு. நடைமுறைக்கு சரி வருனுமில்ல. சரி, நீ எங்க ளுக்கு மேலே படிச்ச பையன்; நீயே யோசனை சொல்லு.”

“நாளைக்கு புது போலிஸ் கமிஷனர் பதவி ஏற்கிறாருன்னு படிச்சேன். நம்ம சங்கத்தின் சார்பா மனு கொடுத்து, நடைபாதை ஏவாரிக கிட்ட மாமூல்

வாங்குறதைக் கட்டுப்படுத்தச் சொல்லுவோம்."

"என்ன தம்பி, எந்தக் காலத்தில இருக்கீங்க. இதெல்லாம் நடக்கிற கதையா? நாங்க கொடுத்த மனுவை எல்லாம் ஒன்னுமேல ஒன்னு அடுக்கினா கமிஷனர்ஆபிஸ் முதல்மாடி உசரம் இருக்கும். நடக்கிறதைப் பேசுங்க."

"சரி, போலிஸ் கமிஷ்னரை வித்தியாசமா சந்திப்போம். நீங்க சங்கத்திலிருந்து ஒத்துழைப்பு கொடுங்க."

"என்னமோ தம்பி, இளரத்தம் உங்க பேச்சு எங்களுக்கு பயமாவுல இருக்கு" என்று சங்கத்தினர் நழுவினர்.

மறுநாள் காலை பத்துமணிவாக்கில் சேகர் காவல்துறை கமிஷனர் அலுவலகம் போனான். அவனது கைப்பையில் ரெண்டுலிட்டர் தண்ணீர் பாட்டிலில் பெட்ரோல் கலந் திருந்தது. சேகரோடு சுந்தரமும் வந்து சேர்ந்து கொண்டார். இருவரும் அலுவலகத்தின் எதிரில் மரநிழலில் நின்றனர் பதினோருமணி அளவில் எச்சரிக்கைஒலி எழுப்பியபடி பாதுகாப்பு வாகனம் வர, பின்தொடர்ந்து புதிய ஆணையரின் காரும், இணை, துணை ஆணையர்களது வாகனங்களும் வந்தன. அந்தக் கணத்தில் சேகர் குரல் உயர்த்தி முழங்கினான். "காவல்துறையே, காவல்துறையே, பாதையோர வியாபாரிகளை வாழவிடு, வாழவிடு! தினசரி மாமுல் கேட்டு துன்புறுத்தாதே! துன்புறுத்தாதே! பாதையோர ஏழை வியாபாரிகளை பிழைக்கவிடு! பிழைக்கவிடு! மாமுல் கேட்பதைக் கைவிடு! கைவிடு!" சேகரின் முன் முழக்கத்திற்கு சுந்தரம் வழி முழக்கமிட்டார். முழக்கச் சத்தம் கேட்டு வாயில்காவலர்கள் நால்வர் இவர்களை நோக்கி ஓடிவந்தனர்.

சேகர் இமைக்கும் நேரத்தில் கைப்பையிலிருந்த பாட்டிலைத் திறந்து தனது தலையில் ஊற்றினான். பெட்ரோல் வாசம் குப்பென்று அந்தவழி போவோர்,

வருவோர் முகங்களில் அறைந்தது. தெறித்து ஓடினர். ஓடிவந்த காவலர்கள், தீப்பெட்டி எடுக்க விடாது சேகரை இறுகப்பற்றினர். சுந்தரம் விதிர்த்து வெலவெலத்து நின்றார். ஓடவும் முடியாமல் உடனிருக்கவும் முடியாமல் கால்கள் பின்ன மரத்தில் சாய்ந்தார்.

“கோஷமா போடுறே, வாடி மாப்பிளை, அட்டம்ப்ட் சூசைட் கேஸில் ரெண்டுவருஷம் ஜெயில் உறுதி” என்று காவலர் ஒருவர் பல்லைக் கடித்துக்கொண்டு முனங்கினார். வண்டியிலிருந்து இறங்கியவுடன், புதிய ஆணையர், இருவரையும் உள்ளே அழைத்துவரச் செய்ய, இரு இணை, துணை ஆணையரிடம் சைகை காட்டினார். கடுகடுத்த முகத்துடன் இணை ஆணையர், காவலர்களிடம் சைகை காட்டினார்.நடுங்கிய காவலர்கள் சேகரையும், சுந்தரத்தையும் உள்ளே இழுத்து சென்று வராண்டாவில் நிறுத்தினர்.ஒரு காவலர் ஒரு தாளில் இருவரது ஊர், பேரு விவரங்களைக் கேட்டுக் குறித்துக்கொண்டார்.

“ஏன் பங்காளி, எங்கிட்டகூட சொல்லாம, இப்படி பெட்ரோல் ஊத்திகிட்டு, உங்க குடும்பத்தையும், எங்குடும்பத்தையும் நடுத்தெருவில நிறுத்தீட்டிகளே! படிச்சவர் விவரமா இருப்பீங்கன்னு நினைச்சு வந்தேன். என்னையும் இக்கட்டில மாட்டி விட்டுட்டீகளே பங்காளி!” சுந்தரம் புலம்பினார். சேகருக்கு நெஞ்சை பிசைந்தது. “அண்ணே, ஒண்ணுமில்லைண்ணே பயப் படாதீக. போலிஸ் கமிஷனர் கவனத்துக்கு கொண்டுவரத் தான் செஞ்சேன். பதறாதீங்க.” சுந்தரத்திற்கு மனசு ஒருநிலைப் படலை.

பணிஏற்பு முடிந்ததும், புதிய ஆணையர் இவர்களை அழைத்தார். சேகரும், சுந்தரமும் எந்த இயக்கப் பின்னணியைச் சேர்ந்தவர்கள் என்று துருவித் துருவி, இவர்களது வாழ்க்கைச் சூழலையும், நடந்த விவரங்

களையும் கேட்டறிந்தார். மென்பொருள் துறையில் பணியாற்றியவனின் தற்போதய நிலை கண்டு வருந்தினார். “அறிவுக் குசுசும்பு தண்ணியில் பெட்ரோலைக் கலந்து தலையில் ஊற்றி போலிசை மிரட்டச் சொல்லுது. உன் கோரிக்கையில் நியாயம் இருக்குது. உன் வழிமுறை சரியில்லை. சரி, இனி இப்படி இதுமாதிரி தப்பு செய்யமாட்டேன்னு ரெண்டுபேரும் தனித்தனியா எழுதிக் கொடுத்துட்டு போங்க. இனி எந்த போலீஸூம் உங்ககிட்ட மாமுல் கேட்கமாட்டாங்க. அதை உறுதி செய்றேன். தப்பித்தவறி யாரும் மாமுல் கேட்டால் கமிஷனர் வாட்ஸ் அப் நம்பருக்கு தகவல் அனுப்புங்க. உடனே நடவடிக்கை எடுப்பேன்.” என்று இவர்களை அனுப்பிவிட்டு இணை, துணை ஆணையர்களிடம், ஆணையர் கண்டிப்பான குரலில் பேசினார்.

இந்தத் தகவல், பாதையோர வியாபாரிகளிடம் புகைபோல் பரவியது. நகருக்குள் எந்த வியாபாரியிடமும் காவல்துறையினர் மாமுல் கேட்பதில்லை. சேகருக்கு வியாபாரிகள் மத்தியில் மரியாதை கூடியிருந்தது. ஆனால் காவல்துறையினர், பாதையோர வியாபாரிகளை எதிரிகளைப் போல முறைத்தனர்.ஊமைவெயிலின் புழுக்கத்தை உணரமுடிந்தது.

தற்கொலை முயற்சி போராட்டம் செய்தது சரியா? நல்ல ஆணையராக இருந்ததால் தப்பினோம். தற்கொலை முயற்சின்னு வழக்கு போட்டிருந்தா சிக்கல்தானே என்ற விவாதம் சேகரது மனதுக்குள் வதைத்துக் கொண்டிருந்தது.

சேகர் தள்ளுவண்டி வியாபாரத்தை விட்டுட்டு, அதே தெருவில் பால்டிப்போ அருகில் ஒரு சின்னக் கடையை வாடகைக்கு அமர்த்தினான். தனிநபர் கடன் பெற்று, அந்தக் கடையில் காய்கறிகள், பலசரக்கு முதலானவற்றை வாங்கி விற்றான். அலைச்சல் மிச்சம். காலை, மாலை

வியாபாரத்திற்கு மட்டும் கடையைத் திறந்தான். நகருக்குள் இருக்கும் பஜார்கடை விலையை ஒட்டியே குறைந்த இலாபத்தில் பொருள்களை விற்றான். 'சேகர் ஸ்டோர்'ன்னு பெயர் பிரபலமாகியது. இவனிடம் அந்தப்பகுதி மக்கள் குவியத்தொடங்கினர். சேகர் தன் கடையில் பக்கத்தில் கிடைத்த பெரிய இடத்தைப் பிடித்து வியாபாரத்தை விரிவு படுத்தினான்.

இப்படியாக ஒரு ஆறுமாதம் ஓடியது. ஒருநாள் சுந்தரம் கடைக்கு வந்தார். "பங்காளி, போலிஸ் தொல்லை விட்டதுன்னு அக்கடான்னு இருந்தோம். ஏரியாவில் ரெண்டு ரவுடிக வந்து மிரட்டி கத்தியைக் காட்டி மாமுல் வசூல் பண்றாங்க. மறுத்து எதிர்த்தால், நாங்க போலிசுக்கு மாமுல் கட்டி தொழில் நடத்துறோம், எவனாவது எதிர்த்தா தொலைஞ்சீங்க. எங்களை எந்த போலிசும் ஒன்னும் புடுங்க முடியாதுங்கிறானுக..."

– வாசகசாலை இணைய இதழ், 16.04.2024

8. கேள்வி ஞானம்

எடுத்த முடிவு தப்பு என்ற எண்ணம், ஐந்தாம்வகுப்பு டீச்சர் இவரது வலது காதைத் திருகியது போல் சுருக்கென்றது. இவரொன்றும் யோசிக்காமல் திடீரென்று எடுத்தமுடிவல்ல. முப்பது வருசம் தீர யோசித்துதான் காதுகேட்கும் கருவி பொருத்திக் கொண்டார். இவர் இளமை யாக இருக்கையில் சகநூலக நண்பர்கள், எழுத்தாள நண்பர்கள், மனைவி, சொந்தம் சுருத்துன்னு எல்லா தரப்பினரும் வற் புறுத்திய போதெல்லாம் மறுத்தார். “காதுல செவிட்டு மிஷினை மாட்டிகிட்டு, எதிர்ல வர்றவங்கிட்ட எல்லாம் நான் செவிடன்னு டமாரமடிச்சு சொல்லாம சொல்லணுமா” என்று ஆவேசமா மறுதலித்தார்.

“எனக்கு காது கேட்டப்ப இருந்ததைவிட, இப்ப எனது கற்பனைவளம் நல்லாவே இருக்கு! ஈஎஸ்பின்னு சொல்ற கூடுதல் புலனுணர்வுத்திறன் மத்தவங்களை விட கூர்மையா இருக்கு. நாளைக்கு என்னைச்

சுற்றி என்ன நடக்குமுன்னு உணரும் திறமையும் கூடுதலா இருக்கு!" எழுத்தாள நண்பர்களது வாயை அடைத்தார்.

ஒருநாள், இவரது நூலகத்தில் பார்வைப் பிரிவிலிருந்து [ரெபரன்ஸ் பிரிவு] ஒருத்தர் வேகமாய் வெளியே வந்தார். கையில் குறிப்பெடுப்பவர் போல் வெள்ளைத்தாள் சுருட்டி வைத்திருந்தார். வேர்த்திருந்த அவரது முகத்தை கவனித்து அவரது வயிற்றுப்பகுதியை நோட்டமிட்டார். அந்த வாசகர் இவரைக் கடந்து வெளியே போகும்போது, இவரும் பின்தொடர்ந்து, அவரை வாசலருகே நிறுத்தினார். "சார், ஒரு நிமிஷம் வாங்க, நீங்க வயிற்றில் செருகிய புத்தகத்தை எடுத்த இடத்தில் வச்சிட்டு என் டேபிளுக்கு வாங்க. அந்த புத்தகம் பேர் சொல்லுங்க, நீங்க வீட்டுக்கு எடுத்துட்டுப்போய் குறிப்பெடுக்க நானே அனுமதிக்கிறேன் "என்றார்.

அவர் வெலவெலத்து போய் அந்த புத்தகத்தை எடுத்த இடத்தில் வைத்துவிட்டு மன்னிப்பு கோரினார். இவரே அந்த புத்தகத்தை அவரிடம் கொடுத்து, குறிப்பெடுத்துக் கொண்டு ஒருவார காலத்தில் திருப்பித் தர அனுமதித்தார். அந்த வாசகர், இவருக்கு நெருங்கிய நண்பராகி, நூலகத்தில் நடக்கும் நிகழ்ச்சிகளுக்கு உடனிருந்து உடல் உழைப்பைத் தருகிறார். இதுபோல் பலரை கையும் மெய்யுமாய் பிடித்து, அவர்களை தனது நண்பர்களாக்கி யுள்ளார். பாடப்புத்தகமாக தேவைப்படும் நூல்களை மாணவர்கள் தேவைப்படும் காலத்துக்கு பயன்படுத்த உதவினார். இவரது நூலகத்தில் நூல்களவு இல்லை என்ற பெருமிதம் இவருக்குண்டு.

ஆனால் இப்போ இன்னும் ரெண்டு மாதத்தில் நூலகர்பணியிலிருந்து ஓய்வுபெற இருக்கையில், யாரிடமும் சொல்லாமல், தானாகப்போய் காதுமூக்கு தொண்டை மருத்துவரிடம் சோதித்து, நவீனமான ஒரு சிறு துவரம் பருப்பளவு மரு போலத்தோன்றும் காதுகேட்கும்

கருவியைப் பொருத்திக் கொண்டார். காதுகேட்கும் கருவியைப் பொருத்தியதும் அக்கம்பக்கத்தார் பேசுற தெல்லாம் இடிபோல் சத்தமா கேட்குது. "இத்தனை நாளா கேட்காத ஒலியெல்லாம் கேட்பதால் உரத்தசத்தமா உணர்றீங்க. இது உங்களுக்குப் போகப்போக பழக்க மாயிரும்; கவலைப்பட வேண்டியதில்லை "என்றார் மருத்துவர்.

ஆனால் இவரைச் சுற்றியுள்ளவர்கள் ஒருத்தரைப்பற்றி இன்னொருத்தர் பேசுறதெல்லாம் அவதூறாகவும், புகாராகவும், கொச்சையான வசவுகளைப் பரிமாறுவ தாகவும் உணர்ந்தார். இதெல்லாம் கேட்பதற்கு, இந்தக் கருவியைக் கழட்டி தலையைச்சுற்றி எறிந்துவிட்டு இத்தனை நாளா இருந்ததுபோல் செவிடாகவே இருந்துற லாம் போலிருக்கு. அவசரப்பட்டு ஏகப்பட்ட பணத்தை செலவழிச்சு இந்த ரோதனையை வாங்கிவிட்டோமே என்ற எண்ணம்தான், இவர் போட்ட கணக்கு தப்பான துக்கு டீச்சர் இவரது வலது காதைத் திருகியதை நினைவூட்டியது.

சேச்சே இவ்வளவு பணத்தை வீணாக்குறதா? அப்படி ஒன்னும் தப்பா முடிவெடுத்திறலையே. வயசு அறுபதை நெருங்குது; ஓய்வு பெறப்போகிறோம். அரசுப்பணி என்ற பாதுகாப்பான சூழலிருந்து பொதுவெளிக்கு வரப் போறோம். மகளுக்கும், அடுத்து மகனுக்கும் கல்யாணம் பண்ணனும்.சம்பந்தம் பேசுற காலத்தில இருதரப்பாரும் தெளிவாப் பேசித் தெளிஞ்சு முடிவெடுக்கணுமில்லே. தான் செஞ்சது சரிதான் என்ற யோசனையிலே வீட்டை நெருங்கிட்டார்.

சரி, வீட்டுக்குளே போறோம். காதுகேட்கிற கருவியை பொருத்துனதை மனைவிகிட்ட இப்பவே சொல்லலாமா. நம்மைச் சுற்றி குடும்பத்தினர் என்னென்ன பேசுறாங்கன்னு தெரிஞ்சிகிட்டு, சொல்லி அதிர்ச்சியைக் கொடுக்கலாமா?.

சேச்சே, இதென்ன செவிடருக்குள்ள சந்தேகபுத்தி? இத்தனை நாளா இருக்கிறமாதிரி தானே இன்னிக்கும், இனிமேலும் நம்ம குடும்பத்தார் நடந்துக்குவாங்க.! இதுக்கெல்லாம் அப்பால, தனக்கு காது முழுச்செவுடு ஆனதுக்கு, மனைவியும் காரணமல்லவா! அந்த அனுதாபத்தில் தானே வீட்டாரைக் கட்டாயபடுத்தி என்னையே அவள் கல்யாணம் பண்ணிக்கொண்டாள். இயலாமையின் எனது துயரைப் பாதி அவளும் சுமந்திருக்கிறாள் அல்லவா. அவளில்லாமல் நான் இவ்வளவு நிமிர்ந்திருக்க முடியுமா?

●●●

1970களின் பிற்பகுதியில் இவருக்கு வந்த கடுங் காய்ச்சலில் காது மந்தமானது. சகமாணவர்களின் கேலி பொறுக்காமல், அவர்களோடு விளையாடாது ஒதுங்கி கிராமப்புற நூலகத்தில் அடைக்கலமானார். அதோடு எஸ்எஸ்எல்சி படித்து தேர்ச்சி அடைந்தார். காதுமந்த மானவன் பிறரைப்போல எந்தவேலையைப் செய்ய முடியும்? தனக்கு நூலகர் பணிதான் இலாயக்கு என்று, நூலகர் மூலம் கேட்டறிந்து நூலகர் பணிக்காக சான்றிதழ் பயிற்சி படித்து தேர்வானார்.

மூன்றாம்நிலை நூலகர் பணியில் கிராமப்புற நூலகராக அருப்புக்கோட்டை அருகே நரிக்குடி என்னும் ஊரில் பணியேற்றார். வாசிப்பு ஆர்வத்தால் நூலகத்தில் பெரும்பாலான புத்தகங்களை வாசித்தார். இவரும் நகைச்சுவை துணுக்குகள், கவிதை, சிறுகதைகள் எழுத ஆரம்பித்தார். தனக்கு பிடித்த சிவாஜி என்ற புனைப் பெயரில் எழுதினார். பிரபல வார, மாத பத்திரிகைகளில் வெளிவந்தன. இவர் பல எழுத்தாளர்களுடன் கடிதத் தொடர்புகொண்டு நண்பருமானார். இவரது பணி நிரந்தரமானதும் இவரது சொந்த ஊருக்கருகிலுள்ள கிராமத்துக்கு இடப்பெயர்வு பெற்றார்.

நூலகத்தில் அமர்ந்து வாசிப்பவர்கள், நூல்களை கடனாகப் பெற்று வீட்டில் வாசிப்பவர்கள் இரசனைக்கேற்ற புத்தகங்களை இவரே எடுத்து தந்து, வாசிக்கும் ஆர்வத்தையும், இரசனையையும் தூண்டுவார். அந்த நூலகத்திற்கு வருபவர்களோடு அன்பாகப் பேசி, அவர்களது குடும்ப நிலைகளை, சூழலை அறிந்து கொள்வார். ஒல்லியான சிவந்த தேகத்தில், சுருண்டமுடி ஸ்டெப்கிராப்பும் எந்நேரமும் சிரித்த முகத்தோடும் அளவாகப் பேசுவார். காது மந்தத்தை மறைத்து எதிரிலிருப்பவர் முகம்பார்த்து பேசி உதட்டசைவு கொண்டு பிறர் பேசுவதை புரிந்துகொள்வார்.

இவரிடம் எல்லாரும் இணக்கமாக தம்முள் ஒருவராகப் பழகினர். மாணவர், மாணவிகளுக்கு நம்பிக்கையூட்டும் நூல்களை வாசிக்கத் தூண்டுவார். பல மாணவிகள் புத்தகம் வாங்கிப்போயி வாசிப்பர். இவருள் கமலா என்ற பத்தாம்வகுப்பு படிக்கும் மாணவி ரெண்டு நாளுக்கொரு முறை, எடுத்துப்போன கதைப்புத்தகத்தை கொடுத்துவிட்டு புதியபுத்தகம் எடுத்துப்போக வருவாள். இவருக்கு ஆச்சர்யமாய் இருக்கும். அவள் தேர்வுசெய்யும் புத்தகங்கள் எல்லாம் காதலை முதன்மை படுத்துவனவாக இருந்தது. கமலாவிடம் கேட்டார்.

"ஏம்மா நீ படிக்கத்தான் எடுத்துட்டுப் போறீயா, இல்லை வேறு எவரும் படிக்க எடுத்துட்டுப் போறீயா". "போன ரெண்டுமாசம் வரைக்கும் எங்கக்கா படிக்க, அது சொல்ற புத்தகம் எடுத்துட்டு போனேன் சார். அந்த புத்தகங்களை நேரம் கிடைக்கும்போது நானும் படிப்பேன். இப்போ எங்கக்கா கல்யாணமாயி மானாமதுரைக்குப் போயிருச்சு. வீட்டில எனக்கு பேச்சுத்துணை இல்லாம போரடிக்குது. அதனால நானும் அக்கா மாதிரியே படிக்க ஆரம்பிச்சுட்டேன் சார்."

"சந்தோசம். ரெண்டுநாளிலே வேகமா இந்தப் புத்தகத்தைப் படிச்சு முடிச்சிட்டீயா, இல்லை, இங்க

உருமாற்றம் 71

லைப்ரரியில் யாரையாவது பார்க்கறதுக்கோசரம் அடிக்கடி வர்றியா" கமலாவுக்கு வேர்த்தது, முகத்தை வாழைப்பூவைப் போலக் கீழே சாய்த்து, முகம் சூம்பி, "பிராமிசா புஸ்தகம் எடுக்கத்தான் வர்றேன் சார்; இங்க பார்க்க யார் இருக்கா? நீங்க ஒருத்தருதான் கல்லுப் பிள்ளையார் கணக்கா உக்காந்திருக்கீக. வேறயாரு இங்க இருக்கா? இப்படியெல்லாம் பேசினா எங்கப்பாகிட்ட சொல்லிருவேன்" என்று மேஜையில் இருந்த 'குலமகள் ராதை 'கேட்டு வாங்கிக் கிளம்பினாள்.

"நில்லும்மா, உன்வாசிப்பு ஆர்வத்தை பாராட்டவே கேட்டேன். மன்னிச்சுக்க தாயீ, வம்பு தும்பில் மாட்டி விட்டுறாதே."

"ஐயோ சார். நான் ஒரு பேச்சுக்குதான் சொன்னேன். நீங்க ஆபிசரு, இந்த சின்னப்பிள்ளைகிட்ட மன்னிப் பெல்லாம் கேட்கிறீங்க!" புத்தகத்தை வாங்கிக்கொண்டு குமிழ்ச் சிரிப்போடு பறந்தாள்.

அவளது நீள்சடைக்குஞ்சம் வடக்குக்கும் தெற்குக்கும் ஊஞ்சலாடியது. நல்ல சுறுசுறுப்பான பெண் என்றபடி கமலாவின் நூலக அட்டையின் எண்ணைக்கொண்டு, அவளது முகவரியைப் பார்த்தார். அதில் அந்தப் பெண்ணின் அப்பா பெயரும், அவர் அந்தக்கிராமத்து முன்னாள் பஞ்சாயத்து தலைவர் என்பதறிந்தார். சரி, பெரிய இடம், கவனமா வாயை அடக்கிட்டு இருக்கணும் என்று முடிவெடுத்தார். அன்றிலிருந்து கமலா இவரோடு நேசப்புன்னகையை பகிரத் தொடங்கினாள். 'குலமகள் ராதை'யை படித்துவிட்டு திரும்பத் தந்தாள். அடுத்து 'பாவைவிளக்கு' நூலை எடுத்துத் தந்தார். இந்தக் கதையும் சினிமாவாக வந்துள்ளது. இதிலும் சிவாஜிகணேசன் கதாநாயகன்.

"உனக்கு சிவாஜி பிடிக்குமா?"

“பிடிக்கும் சார், இந்தக் கதையைப் படிச்சதும் ‘குல மகள் ராதை ‘படம் வந்தா பார்க்கணுமுன்னு தோணுது. சார், இந்த ‘பாவை விளக்கு ‘கதையும் முக்கோணக் காதல் கதையா சார்?”

“நீ வாங்கிட்டுப்போய் படி. படிச்சிட்டு சொல்லு” வாங்கிட்டுப் போனவள் மறுநாளே திரும்பக் கொண்டு வந்தாள். “என்ன, பாண்டியன் எக்ஸ்பிரஸ் மாதிரி சூப்பர் வேகத்தில் படிச்சிட்டியா”

“இப்ப லீவு தானே சார், அதுவுமில்லாம இந்தக்கதையும் முக்கோணக்காதல் கதையா இருக்கு. அதனால பக்கத்தைத் தாவி தாவி புரட்டி படிச்சு முடிவைத் தெரிஞ்சுக்கிட்டு கொண்டாந்துட்டேன். அதெப்படி சார், ஒருத்தரை இரண்டுபேர் விரும்பமுடியும்?ஒருத்திக்கு ஒருத்தர் தானே நம்ம பழக்கம்!”

“அப்பிடியா சரி, இதைப் படி நல்லா இருக்கும். இதை எழுதினவர் நம்ம மதுரைப்பக்கம் தான்” என்று நா. பார்த்தசாரதி எழுதின ‘பொன்விலங்கு’ நாவலைத் தந்தார். வாங்கிக்கொண்டு, அட்டைப்படமே நல்லா இருக்கே, இந்தக்கதையும் படமாயிருக்கா சார், யார் நடிச்சிருக்கா?”

“படமாகலை. ஆனா இருபதாம் பக்கத்திலிருந்து இருபத்தஞ்சாம் பக்கம்வரை உனக்கு ஒரு செய்தி ஒளிஞ் சிருக்கு. வரிக்கு வரி விடாமப் படிச்சு கண்டுபிடிச்சிட்டீனா உனக்கு ஒரு ஹீரோபேனா பரிசு இருக்கு! எங்கே படிச்சு உன் திறமையைக் காட்டு, பார்ப்போம்.!”

“சார், நான் பட்டிக்காடுன்னு நினைச்சுறாதீக. நாளன்னிக்கு ஹீரோபேனாவை ரெடி பண்ணிக்கீங்க” பட்டுப்பூச்சியாய் பறந்துட்டாள். அன்றுமாலையே நூலகம் மூடும்நேரம் கமலா வந்துட்டாள்! இவர், என்ன அதுக்குள்ளே கண்டுபிடிச்சிட்டியா என்கவும், “போங்க சார், நீங்க ரெம்ப மோசம்.”

"என்னாச்சு விவரம் சொல்லாம மோசம்முன்னா, நான் என்னத்தே சொல்றது" என்று பதறினார்.

"சார், இருபதாம் பக்கத்திலிருந்து இருபத்தஞ்சாம் பக்கம்வரை பத்துதரம் படிச்சு கண்ணுவலி, கழுத்துவலி வந்திருச்சு. அந்த ஆறுபக்கங்கள் மனப்பாடமாயிருச்சு. ஆனா நா.பா, என்ன மர்மம் வச்சிருக்கிறாரு, அதில நீங்க என்ன ரகசியம் வச்சிருக்கீங்கன்னு புரியலை. எரிச்சல் வந்து புத்தகத்தை தூக்கி எறியறதுக்கு முன்னே கட்டங் கடைசியா ஒருதடவை வாசிப்போமுன்னு, வாசிச்சேன். முதல்வரியிலே 'நா' எழுத்தைச் சுற்றி பச்சைக்கலர்ல வட்டம் போட்டிருந்தது. மூணாவது வரியிலே 'ன்' எழுத்தைச் சுத்தி ரவுண்டு போட்டிருந்தது. ஆறாவது வரியில 'உ' வைச் சுத்தி வட்டம் போட்டிருந்தது; ஏழாவது வரியில 'ன்னை' சுற்றி வட்டமிருந்தது; பத்தாவது வரியிலே 'வி' சுத்தியும், அடுத்த பாரா முதல் வரியிலே 'ரும்பு' என்பதை சுத்தியும், ரெண்டாவது வரியிலே 'றேன்' ஐ சுத்தியும் ரவுண்டு போட்டிருந்தது. இப்படியே அடுத்தடுத்து வாசித்ததில், கண்டுபிடிச்சது 'நான் உன்னை விரும்புறேன், நீ என்னை விரும்புறியா?' என்ன சார், உங்களோட பெரிய இமிசையா போச்சு, நேரா சொல்லி யிருக்க வேண்டியதுதானே? நா என் மனசில பட்டதை சொல்லிட்டுப் போறேன்!"

"சாரி கமலா, உன்னை தொந்தரவு பண்ணீட்டேன். சரி, இப்போ உன் மனசில இருக்குறத சொல்லு!"

"ம்ஹூம், நான் சொல்லமாட்டேனே" என்று ஓடிவிட்டாள்.

இருவிரல் அருகே வந்த பட்டுப்பூச்சி நழுவி பறந்த ஏமாற்றம். இருந்தாலும், இருவிரலில் பட்டுப்பூச்சியின் வண்ணம் ஒட்டியதுபோல் மனதுக்குள் மென்மையான பரவசம்!

மூன்றாம்நாள் மதியவேளை நூலகம் மூடும்போது ஒருபெரியவர் வந்தார். இவர் "வாங்கய்யா, மூடுறநேரம் வந்திருக்கீய என்னங்கய்யா வேணும், இன்னிக்கு பேப்பரா, எடுத்துட்டுபோய் படிச்சிட்டு சாயந்திரம் கொண்டாங்க "என்றார். பெரியவர்; "நீதாண்டா வேணும் நரம்பா. ஊருவிட்டு ஊருவந்து வேலை பார்க்கிற. ஒழுங்கு மரியாதையா, வந்தமா, வேலை பார்த்தமா, போனமான்னு இருக்கணும்.பொண்ணுக கிட்ட பேசறது, பழகுறதை கேள்விப்பட்டேன்னா, தொலைச்சுப் போடுவேன் சாக்கிரதை."

இவருக்கு காது மந்தம். நேரா முகம்பார்த்து உதட்டசைவை வைத்துத்தான் எதிரில் பேசுபவரதை புரிஞ்சுக்குவார். இதற்காக, பெரியவர் சொல்றதை அறிய, இவர் நிமிர்ந்து பெரியவரை பார்த்தார். "எண்டா, ராஸ்கல், என்னை முறைச்சா பார்க்கிறே" என்று வலதுகையால் இடதுகாதோரம் அறைந்தார்.

இவர் அம்மாவென்று அலறி கீழே மயங்கி விழுந்தார். காதில் ரத்தம் கசிந்தது. பெரியவர் வெலவெலத்து போனார். இதை எதிரிலிருந்து பார்த்துக் கொண்டிருந்த பெட்டிக் கடைக்காரர் ஓடிவந்து தண்ணீர் தெளித்து மயக்கம் தெளிவித்தார். கடையில் வேறொருவரை இருக்கச் செய்துவிட்டு, காதுகளைச் சுற்றி ஈரத்துணியைக் கட்டினார். இவரைத்தூக்கி தோளில் போட்டுக்கொண்டு பேருந்துநிறுத்தம் நோக்கி நடந்தார். பெரியவரும் வந்து திருப்புத்தூர் செல்லும் பஸ்ஸை நிறுத்தி, ஏத்திவிட்டு செலவுக்கு பணமும் தந்து, ஆஸ்பத்திரி முன் நிறுத்தவும் ஓட்டுநரிடம் சொல்லி அனுப்பினார்.

மருத்துவமனையில் சோதித்தில், காதுஜவ்வு கிழிந்து விட்டது. உயிருக்கு பயமில்லை. முதலுதவி செய்து மதுரை பெரியாஸ்பத்திரிக்கு அழைச்சுட்டுப் போங்கன்னு அனுப்பிட்டாங்க. மதுரையில் சோதனை செய்ததில்

உருமாற்றம் 75

முன்னமே, காதுநரம்புகள் பலவீனமாக இருந்தநிலையில் இப்போது காது எலும்புகளும் பாதிக்கப் பட்டிருக்கிறது. காதுகேட்பதை இப்போதைக்கு உறுதிபடுத்த முடியாது என்றனர். கேட்கும் சக்தியை இழந்தார். நூலகம் பூட்டிக் கிடந்தது. இவர் பார்த்திபனூருக்கு மாறுதல் பெற்றார். இவருக்கு ஏற்பட்ட துயரம், ஊர்முழுவதும் பரவியது.

“என்னால தானே அவருக்கு காதுகேட்காமப் போனது. நான் அவரைத்தான் கட்டுவேன். இல்லாட்டி அரளி விதையை அறைச்சுக் குடிச்சு செத்துருவேன்” என்று கமலா மூன்றுநாளா அன்னம் தண்ணிர் இல்லாமப் படுத்திருந்தாள். அவளது அப்பா ஊர் நாட்டாமை மூலமாக இவரைப் பற்றி விசாரித்தார். சொந்தசாதி, மரியாதையான குடும்பமுன்னு தெரிஞ்சதும், கமலாவுக்கும் இவருக்கும் கல்யாணம் நடந்தது. இவர் பார்த்திபனூர் நூலகத்தில் நூலகராக இருந்தார். அங்கேயே குடியமர்த்தப் பட்டது.

●●●

இவர் வீட்டுக்குள் நுழைந்தார். “என்ன லீவுநாள்ல வீட்டில இருந்தோம், நேரத்துக்கு சாப்பிட்டோமுனு இல்லாம இந்த வெயிலில் எங்கே சுத்திட்டி வர்றீக” என்று கமலா பாதி சைகையிலும், பாதி உரத்த குரலிலும் கேட்டாள். “என்ன இப்பிடி நாடகக்காரி மாதிரி கத்திப் பேசுறே. மெல்ல பேசமாட்டியா?“

“ஐயோ, நான் எப்பவும்போலத்தானே பேசுறேன். கைகாலு கழுவிட்டு வாங்க சாப்பிடுவோம்” என்று தண்ணீர் டம்ளரை வைத்தாள். ‘நங்’ என்று சத்தம் கேட்டு சிலிர்த்து திரும்பினார்.காதுக்கருவி சிறுஒலியையும் கூர்மையாக உள்வாங்கி மூளைக்கு அனுப்புது. தான்தான் இயல்பாக இருக்கப் பழகணும்னு முறுவலித்தார். தட்டின் முன்னே உட்கார்ந்ததும், ”கமலா, கிட்டே வாயேன்; உங்கிட்ட ஒரு ரகசியம் சொல்லணும்”. கமலா கலகலன்னு

சிரித்தாள்."நாம எந்தக் காலத்தில ரகசியம் பேசினோம்! புதுசா கூப்புடுறீக! ரிடையராகிறப்ப வயசு திரும்புதாக்கும்!"

"சும்மா ஏகடாசி பேசாதே" என்று அதட்டி, காது கேட்கும் கருவி பொருத்திய விவரத்தைச் சொன்னார். "ஆமலு, நாங்க சொன்னப்பெல்லாம் காதில ஏறலை. முப்பதுவருசம் உங்க கிட்டேயும், பள்ளிகூடத்திலையும் கத்திக் கத்தி ஓஞ்சு பிராணன்போற கட்டத்தில, மகளுக்கு மாப்பிளை தேடுற சாக்கில காதில பித்தானை ஒட்டிகிட்டு வந்திருக்கீங்க! சரி, மக புண்ணியத்திலாவது நல்லது நடந்தா சரி!

"உரக்கப் பேசினா ஆயுசு குறையுமுன்னு யார் சொன்னா? எந்த எலிமெண்டரி ஸ்கூல் டீச்சராவது, மேடைப் பேச்சாளராவது அறுபது வயசுக்குள்ளே செத்ததைக் கேள்விபட்டிருக்கியா? வாய்திறந்து பேசுறது ஒருவகையில சுவாசப்பயிற்சி! ஆனா நல்லதைப் பேசினா ஆயுள்நீடிக்கும். தேவையில்லாததைப் பேசினா தர்ம அடியில அற்பாயுசுதான்!" என்று கமலாவின் கன்னத்தைக் கிள்ளினார். "ஆமலு, காது கேட்காதப்பவே, விண்ணாரமும், வியாக்கியாணமுமா எழுதுவீங்க, இப்போ காது கேட்கவும் நீங்க எதாவது எழுதி வம்புல மாட்டிக்காம இருந்தா சரி!" என்றாள் கமலா.

கமலா சொல்றது உண்மைதான்! கேட்கும்கருவி பொருத்துனதுக்கு அப்புறம் விழும் பேச்சுகளும், ஏச்சுகளும் சகிக்கமுடியலை! 'எனக்கு காதுகேட்கும்'னு சட்டையில பேட்ஜ் போடணும்போல இருக்கு! அசாதாரண பொறுமையோடு, இவர் எதிரில் பேசுபவறதை உள்வாங்கி அளவா பேசும்கலையை கற்றுக கொள்ள வேண்டிய அவசியம் வந்தது. தேவையில்லாத மனக் கிலேசங்களைத் தவிர்க்க தனது நண்பர்களிடம் கேட்கும் கருவி பொருத்திய விவரத்தைச் சொல்லிவிட்டார்.

– 2024 ஜூன், பேசும் புதிய சக்தி

9. தத்துப்பிள்ளைகள்

கதவு தட்டப்படும் சத்தம்கேட்டு மணி பார்த்தேன். காலை ஆறரை மணிக்கு யார் தேடி வருவாங்க, யோசனையோடு கதவைத் திறந்தேன். முகமுழுக்க நரைத்த தாடி, ஊடுருவும் கண்களுடன், பச்சைநிற வேட்டியில் ஐந்தடியில் ஒருவர் சிநேகச் சிரிப்போடு நின்றிருந்தார். என்னைப் பார்த்ததும், ”சார், வணக்கம். நான்தான் நாதன், நல்லா இருக்கீங்களா?“

“வணக்கம் சார். உள்ளே வாங்க.டீ சாப்பிட்டுகிட்டே பேசுவோம்.”

”பரவாயில்ல, வெளியே வேண்டியவுங்க காத்துகிட்டிருக்காங்க. ஒரு சின்ன உதவி. தட்டாம செய்யணும். நான் அடுத்தவாரம் காசிக்குப் போறேன். உங்களை மாதிரி நல்லவங்க உதவியோட போறேன். ஒரு ஐநூறு ரூபாய் கொடுங்க. இந்த உதவியால உங்களுக்கும் புண்ணியம்; எனக்கும் புண்ணியம்” தாடியைச் சொரிந்தார்.

‘யாரையும் மதிக்காத நபர், வீடுதேடி வந்து கேட்கிறார். வெளியே ஆள் காத்திருப்பதாகச் சொல்றார். இவர் காசிக்குப் போறாரோ, இல்லையோ, நம் வீட்டைவிட்டுப் போனா சரி‘ யோசித்தபடி, உள்ளே போய், ஐநூறு ரூபாய் எடுத்து தந்தேன்.“ரொம்ப தேங்க்ஸ் சார், சாரி, உங்களை காலைநேரத்தில் டிஸ்டப் பண்ணிட்டேன். காசி தீர்த்தத்தோடு வந்து பார்க்கிறேன் ”குனிந்தபடி வெளியேறி, வெற்றிபுன்னைகையோடு அவரது சைக்கிளில் கிளம்பினார். அவர் சொன்னபடி வெளியே யாரும் காத் திருக்கவில்லை. அவரது சைக்கிள் பக்கத்தில் நின்றிருந்த இரண்டுநாய்கள் அவருக்கு வாலாட்டி, பின்னால் தொடர்ந்தன.

●●●

நாதன் எங்கள் அலுவலகத்தில் மூத்தஎழுத்தர். அவரது பணி, பணியாளர் தொடர்பான எஸ்டாப்ளிஸ் மன்ட் பிரிவு. அவர் யாரையும் மதிக்கமாட்டார். அவரது இருக்கையை ஒட்டி நடந்தாலே, எழுதிக்கொண்டிருக்கும் கோப்பைமூடி, “ஏன் அப்படி பார்க்கிறீங்க, உங்களுக்கு என்ன வேணும்” என்று முறைப்பார்.

வருடாந்திர ஈட்டியவிடுப்பு ஒப்படைப்பு, பொது வைப்புநிதி கடன் ஒப்பளிப்பு போன்றவற்றை பற்றி யாரேனும் கேட்டுப்போனால், “மனு கொடுதிட்டீகல்ல, போயிகிட்டே இருங்க. அது வரும்போது வரும்” வள்ளுன்னு விழுவார். கேட்க வந்தவர், “மனுசனா இவன், நாய்மாதிரி குரைக்கிறான்” என்பர். அவர் முகத்தை உர்ரென்றே வைத்திருப்பார். அதனால அவரை பெரும்பாலும் ‘நாவன்னா’னே அழைப்பர். அவர் தனது பெயரை மரியாதை கருதி சுருக்கி ‘நாவன்னா’னு அழைக் கிறாங்கன்னு மனதுக்குள் கர்வப்பட்டுக் கொண்டார்.

அலுவலக உதவியாளரை நம்பாமல், தான் எழுதிய கோப்பை தானே மேலதிகாரியிடம் கொண்டு சென்று

கையெழுத்து பெற்றுவருவார். தனக்கான கோப்புகளை தானே தட்டச்சு செய்வார். எதாவது வேலை செய்தபடி இருப்பார். எவரிடமும் ஒரு வார்த்தை பேசுவதோ, சிரிப்பதோ இல்லை. டீ அருந்தவோ மதியஉணவு உண்ணவோ எங்களோடு வரமாட்டார். தனியாகத்தான் உண்பார். தனித்தே திரிவார். துறைவாரி சங்கத்திலோ, அலுவலகத்தில் அனைவருக்குமான நல நிகழ்விலோ சேரமாட்டார்.

புதிய ஓய்வூதிய திட்டம் அறிமுகப்படுத்தப்பட்டபோது, "நாம இதை எதிர்க்காமல் இருந்தால், நமது பழைய ஓய்வூதியமும் பறிக்கப்படும் ஆபத்தான சரத்துகள் அரசாணையில் உள்ளன" என்று நான் அலுவலகத்தில் பேசிக்கொண்டிருந்தேன்.

அவர் பொங்கி எழுந்து, "என்ன, கம்யுனிஸ்ட் மாதிரி பயமுறுத்துறீகளா?" கத்தியபடி, எழுதுபலகையை கீழே போட்டுட்டு எழுந்து வெளியே போனார். டீ குடித்து வந்து மேலதிகாரியிடம் முறையிட்டுள்ளார். அதிகாரி "நான் பார்த்துக்கிறேன். கவலைப்படாம போங்க" என்கவும் இருக்கையில் அமர்ந்து எழுதத் தொடங்கினார். எல்லோரிடமும் சகஜமாக, வெளிப்படையாகப் பேசி, சிரித்து பொதுக்காரியங்களில் ஈடுபடும் என்போன்றவர்களை அவர் எதிரியாகப் பாவிப்பார். இது அவரது சுபாவம் என்று அவரைக் யாரும் கண்டுகொள்வதில்லை.

ஒருமுறை ஆண் ஊழியர்கள் நாங்க மதியஉணவு உண்ணுகையில், வங்கிக்குப் போக நேரமாச்சு என்று அவரும் வந்து அமர்ந்து, கேரியரைத் திறந்தார். தட்டச்சர் அப்போது தான் பார்த்த சினிமைவைப் பற்றி பேசிக்கொண்டிருந்தார். நாவன்னாவைக் கண்டதும் பேச்சை நிறுத்தினார்.ஆனால் நாவன்னா, அந்தக்கால சினிமாவிலிருந்து இந்தக்கால சினிமா நடிகர், நடிகைகளைப் பற்றி நேரிலிருந்து பார்த்ததுபோல் கொச்சை

கொச்சையான வார்த்தைகளில் கொட்டினார். நாங்கள் அதிர்ச்சியடைந்து அமைதியாக கேட்டுக் கொண்டிருந் தோம். அவர் பேசிக்கொண்டே உணவை அள்ளிவிழுங்கிச் சென்றார்.

இன்னொரு மூத்தஎழுத்தரிடம், தட்டச்சர், ”ஏன் கேஷியர் சார், இந்த நாவன்னா மனசில இவ்வளோ குப்பையை வச்சுகிட்டு, ஒரே நாள்ல கொட்டித் தீர்த்துட்டாரே! இவுரு இளவட்டத்திலே எப்படியெல்லாம் இருந்தாரோ, நீங்கதான் அவரோட ரெம்பநாளா ஒண்ணா வேலை பார்த்திருக்கீங்க. உங்களுக்கு தெரியு மில்லே!”

கேஷியர் நக்கலாக முறுவலித்தார். “என்ன சார், அப்படி சிரிக்கிறீங்க. எங்களுக்கும் சொல்லுங்க. நாங் களும் தெரிஞ்சு சிரிக்கிறோம்” என்ற தட்டச்சருக்கு நாங்களும் ஆதரவாக குரல் கொடுத்தோம்.

“என்ன கருமத்தைச் சொல்ல. இவன் இளைய ஜமீன்தாருக்கு சப்ளை அன் சர்வீசுன்னு எல்லா வேலையும் செஞ்சுகிட்டு திரிஞ்சான். அவரு ஔப்பி ஓஞ்சு உதறுனதை இவன் அனுபவிச்சான்; குடிச்சு, தின்னு மீந்ததை ருசித்தான். இவன் அனுமதி இல்லாம யாரும் சின்னவரை நெருங்க முடியாது. அவருக்கு நிழலாவே திரிஞ்சான். சின்னவரு பட்டத்துக்கு வந்தபோது காலேஜு ஆபிசுக்கு ஆள் தேவைன்னு பைல் போனப்ப, அவருகிட்ட சொல்லி ஓயேவாக உள்ளே நுழைஞ்சான். மேலிடத்து செல்வாக்கும், எதையும் கத்துக்குற ஆர்வமும் இருந்ததாலே மேலே வந்துட்டான்.

இவனைப் பத்தி தெரிஞ்சவுக யாரும் பொண்ணு கொடுக்கலை. இவனாவே ஒரு ஏப்ப சாப்பையை கட்டிகிட்டான். பொண்டாட்டியை எங்கேயும் கூட்டிட்டுப் போமாட்டான். கோயிலு குளத்துக்கு, சொந்தபந்த விசேஷங்களுக்கு பொண்டாட்டியோடு

சேர்ந்து போமாட்டான். அதை முன்னால போக விட்டு பின்னாலையே போவான். இவன் யாரையும் நம்ப மாட்டான். காரணம் அவன் வந்தவழி அப்படி!

பத்துவருசமா பிள்ளை இல்லை. இவன் தன் குறையை மறைச்சு “உன்னை சாதக பொருத்தம் பார்க்காம கட்டிகிட்ட வினை, பிள்ளை இல்லை! உன்னை விட்டுட்டு வேறவளையும் கட்டிக்க இஷ்டமில்லை. உன் சந்தோசத்துக்கு வேணுமினா ஒரு பிள்ளையை தத்து எடுத்துக்கலாம்”னு சொல்லவும், அந்த அப்பாவி தன் அண்ணன் மகளை தத்தெடுத்துகிட்டா!”

இந்தக் கதையைக் கேட்டபின், நாதன் மீது அருவருப்பு தோன்றியது. இவரது பூர்வ கதையை அரசல் புரசலா கேள்விப்பட்ட அலுவலகப் பெண்கள் அவரது திசை நோக்கியும் திரும்ப மாட்டார்கள். அவர் பேசினால், அதற்கு பதில் மட்டுமே! ஆனாலும் நாவன்னா கீழ்நிலை ஊழியர்களோடு நெருங்கிப் பழகுவார். அவர்களது தேவைக்கு வட்டிக்கு கடன் கொடுப்பார். கறாராக வசூலித்துவிடுவார். இதேபோல தன் தெருவில் இருக்கும் சிறுபெட்டிகடை, காய்கறிக்கடை வியாபாரிகளுக்கும் வட்டிக்குக் கொடுத்து வாங்கத் தொடங்கினார்.

இதில் இலாபம் வரவும் தனது பொதுவைப்பு நிதியிலிருந்து கடன் பெற்று, திருப்பதி வெங்கடாசலபதியை ஒரு பங்குதாரராகக் கொண்டு வட்டிதொழிலை விரிவு படுத்தினார். மாதவட்டி, வார வட்டி, நாள்வட்டி என்று கடன் பெறுபவரது தரத்திற்கேற்ப தொழில் விரி வடைந்தது.முதல்மாத வட்டி லாபத்தில் நாலில் ஒருபகுதியை, மறுமாத ரெண்டாவது சனிக்கிழமை திருப்பதி உண்டியலில் சேர்க்க வெள்ளிக்கிழமை இரவு புறப்பட்டு கீழ் திருப்பதியிலிருந்து நடந்தே சென்று தர்மதரிசனம் செய்து எழுமலையானுக்கு வடடி காணிக்கை செலுத்தித் திரும்புவார்.

மாதமொருமுறை திருப்பதி கோயிலுக்கு செல்பவர், அக்கம்பக்கத்தாருக்கோ, தனது வாடிக்கையாளருக்கோ சிறுதுண்டு லட்டுகூட பிட்டுத் தரமாட்டார். தனக்கு கிடைத்த எழுமலையான் அருள் தனது கடன்தாரிக்கு போய்விடக்கூடாது. அவுங்க லட்டை வாயில் போட்டுக்கிட்டு கோயிந்தா கோயிந்தா ன்னு சொல்ல இடம் கொடுத்திறக்கூடாது என்ற பயமும் கூட இவருக்கு இருந்தது. இதில் விதிவிலக்காக, தனக்கு தினசரிவட்டி வசூலித்து தர பயன்படுத்திய அலுவலக பதிவறை எழுத்தர் காளீஸ்வரனை மட்டும் ஒரு புரட்டாசி சனிக்கிழமை திருப்பதி கோயிலுக்கு அழைத்துச் சென்றார். தனது வட்டித்தொழில் கடவுளோடு சம்பந்தப்பட்டது. இதில் சிறு தப்பு தண்டா செய்தாலும் வெங்கிடாசலபதி தண்டித்து விடுவார் என்பதை காளீஸ்வரனுக்கு அச்சமூட்டினார்.

நாவன்னாவின் வட்டித்தொழில் நிலத்தரகர்களுக்கு லட்சக் கணக்கில் கொடுக்குமளவில் பெருகியது. நிலத்தரகர்களுக்கு கொடுப்பதற்காக சில பேராசிரியர்களிடம் தேதியிடா காசோலைகளைக் கையெழுத்திட்டுக் கொடுத்து குறைந்த வட்டிக்கு கடன் பெற்றார். அதிக வட்டிக்கு நிலத்தரகர்களுக்கு கடன் கொடுக்கலானார். இத்தருணத்தில் மதுரையிலுள்ள மண்டல அலுவலகத்திற்கு பதவி உயர்வு கிடைத்தது. பணி ஓய்வுபெற இன்னும் ஓராண்டு இருக்கும் நிலையில் இந்தப்பதவி உயர்வு மூலம் தனக்கு ஊதிய உயர்வும், மரியாதையும் கூடும். ஓய்வு பெற்றபின் ஓய்வூதியமும் கூடும் என்று பதவி உயர்வை ஏற்றுக்கொண்டார். பணிவிடுவிப்பு விருந்துக்கு மறுத்திட்டார்.

வாராந்திர விடுப்பில் வந்து வசூலில் இறங்கிவிடுவார். காளீஸ்வரன் அன்றாடம் வசூலிப்பதை இவரது வங்கிக்கணக்கில் செலுத்தி ரசீதுகளைக் காட்ட ஏற்பாடு. ஆனால் நாவன்னா வெளியூரில் பணி மாற்றப்பட்ட

உருமாற்றம்

விவரம் அறிந்த தினசரி வட்டி தருபவர்கள், சரியாகத் தராமல் இழுத்தடித்தார்கள். காளீஸ்வரன், தன்னால் வசூலிக்க முடியவில்லை என்று ஒதுங்கிக் கொண்டார். நாவன்னா அலுவலகப்பணி, விடுப்பு வசூல் என்று வீட்டை மறந்து தீவிரமாகச் சுழன்றார்.

இந்தக் காலகட்டத்தில், பனிரெண்டாவது படித்துக் கொண்டிருந்த இவரின் வளர்ப்புமகள், எஞ்சினியரிங் படித்த பக்கத்துத்தெரு பையனோடு போய் வெளியூரில் கல்யாணம் செய்துகொண்டாள். ஆசை ஆசையாய் மகளுக்கு இவர் சேர்த்து வைத்த நகைகளோடும், நல்ல துணிமணிகளோடும் சென்று விட்டாள். இது மனைவிக்கு தெரியாமல் நடந்திருக்காது என்று அவரை அடித்து இமிசை செய்தார். அந்தம்மா தனக்கும் தெரியாது என்னையும் ஏமாற்றிவிட்டாள் என்றழுதார்.

வீட்டில் கணவன் மனைவிக்கிடையே பேச்சு வார்த்தை இல்லை. மனைவி சமைச்சு வைப்பார். இவர் வந்ததும் தட்டில் போட்டு வைப்பார். இவர் பேசாமல் சாப்பிட்டு எழுவார். இவர் வெளியே தான் வளர்க்கும் நாய்க்கு சாப்பாடு வைப்பார். அது இவரைப் பார்த்து வாலாட்டிக் கிட்டே தின்னும். இந்தநாய்க்குள்ள நன்றி விசுவாசம் கூட கட்டின பொண்டாட்டிக்கும், வளர்த்த மகளுக்கும் இல்லைன்னு மனைவி காதுபட அசிங்கமான வசவு களோடு ஏசுவார். மனைவி விம்மி வெடித்து அழுவார்.

இவர் தத்தெடுத்த மகளை பள்ளியில் சேர்த்தபோது ஒருவயது கூடுதலாக சொல்லிச் சேர்த்திருந்தார். இப்போது சான்றிதழ்படி பதினெட்டுவயது கடந்தவளைக் கடத்திச் சென்றதாக வழக்கும் தொடுக்க இயலாது. இப்படி ஓடுகாலிக்கா சொந்தஊரில் பூர்விகவீட்டை எழுதிவச்சோம் என்று தலையில் அடித்து புலம்பினார். வீட்டுக்கு வரும்போதெல்லாம் கடன் வசூலாகாத கோபத்தையும் மனைவிமீது கொட்டி நாறிய வார்த்தை

களால் வறுத்தெடுப்பார். "உன் மூஞ்சியில முழிச்சிட்டு வெளியே போனா, எந்தக் காரியமும் விளங்கலை. துலங்கலை.நீயும் அவளோட போய்த் தொலைய வேண்டியது தானே. ஏன் இன்னும் என்னுசரை வாங்குறே" என்று மனைவியை உதைத்து வெளியே தள்ளினார். மகள் போக்கிடம் தெரியாமல் இவள் எங்கே போவாள், பாவம்!

நிலத்தரகர்கள், அசலைத் தராமல் வட்டியை மட்டுமே தந்தார்கள். இவர் முகம் சுண்டினார். "முதலீடு செய்த வீட்டடி மனைகள் விற்பனை ஆகலை. உங்களுக்கு பணம் அவசரம்ன்னா ரெண்டுபிளாட் தர்றோம். வித்து அசலையும் வட்டியையும் எடுத்துகிட்டு மீதியைத் தாங்க."

நாவன்னாவால் பதில் பேசமுடியவில்லை. இவர் பணிஓய்வு பெற்றுவிட்டார். இவர் வசூலுக்கு போகுமிடங்களில் "வீட்டடி மனை வாங்குறவங்க இருந்தா கூட்டிட்டு வாங்க.ப்ரோகரேஜ் கமிசனை நீங்க எடுத்துங்க" என்றார். காரியம் நடக்கலை. கடன் பட்டியலோடு, பிளாட் மேப்களையும் தூக்கி அலைந்தார். இவர் பேராசிரியர்களிடம் வாங்கிய கடனைத் தர முடியவில்லை. அவர்களிடம் வாய்தா கேட்டுக் கெஞ்சினார்.

"உங்க 'ரிடையர்மன்ட் பெனிபிட்'டை நம்பித்தான் நாங்க கடன் கொடுத்தோம். அந்தத் தொகையிலே எங்க கடனை அடைங்க. இல்லாட்டி நீங்க கொடுத்த செக்குகளை பேங்கில போட்டு நாங்க கொடுத்த கடனை வசூலிச்சுக்குவோம். பத்துநாள் தவணை தர்றோம். நீங்க சரியான முடிவுக்கு வரலைன்னா. பத்தாம் தேதியிலிருந்து ஒவ்வொரு செக்கா பேங்குல போட்டுருவோம். 'செக் டிசானரா'னால் என்ன 'பனிஸ்மென்ட்'ன்னு உங்களுக்கு தெரியுமில்லை! அப்புறம், நீங்க வருத்தப்படக்கூடாது" என்றனர்.

முதலை வாயில் தலையை கொடுத்ததுபோல் உணர்ந்து கண்ணீர் பொங்க வெளியேறினார். இவரது சைக்கிளுக்கு அருகே நின்ற வளர்ப்புநாய் இவரிடம் வாலாட்டியது. ஆறுதலாக இருந்தது. குமார் பேக்கரியில் ரஸ்க் வாங்கி நாய்க்கு போட்டார்.துணைக்கு இன்னொரு நாயும் சேர்ந்து கொண்டது. அவை தின்பதைப் பார்த்தவாறே, சூடாக டீயைக் குடித்தார். மனதுக்கு இதமாக உணர்ந்தார்.

இதற்கிடையில் இவரது பணிக்காலத்தில் துய்க்காத விடுப்புகளை காசாக்கியதில் இரண்டரை லட்சம் கிடைத்தது. இதில் இரண்டுலட்சத்தை பேராசிரியர்களிடம் மறுநாள் கொடுக்கலாம். தன்வசம் வந்த இரண்டு மனை இடங்களையும் கொடுத்து பாதிக்கடனை ‘பைசல்’ செய்துவிடலாம் என்று நினைத்து படுத்தார். மறுநாள் காலை மனைவியையும், பீரோவில் வைத்திருந்த பணத்தையும் காணவில்லை. இடிவிழுந்தது போல் தலையில் கைவைத்து உட்கார்ந்தார். பத்துமணி வரை வெளியே வரவில்லை. பெரியநாய் மட்டும் உள்ளே போய் வாயைத் திறந்து திறந்து எதோ சொல்வதுபோல் குரலெழுப்பி நின்று வாலாட்டியது. இதன் பின் இன்னொரு நாயும் வந்து குழறியது. தன் துயரத்தை நாய்களுக்கு எப்படி சொல்வது. வாங்கடா என்று டீக் கடைக்கு அழைத்துச் சென்றார். ரஸ்க் வாங்கி போட்டுட்டு டீ குடித்தார்.

அன்றுமாலை பேராசிரியர்களைச் சந்தித்தார். இவரது திட்டத்தை அவர்கள் ஏற்கவில்லை. வீட்டடி மனைகள் வேண்டாம்.தங்களுக்கு ரொக்க பணமே தேவை என்றார்கள். வேற வழியின்றி தனது கிராஜுவிட்டி தொகை பத்து லட்சத்தை கொடுத்தது போக எஞ்சிய கடனுக்கு மாதம் *25000*ரூபாய் வீதம் பென்சனில் *36* மாதங்களுக்கு தருவது என்றும், நாளது தேதியிலிருந்து வட்டி தள்ளுபடி செய்து கொள்வது என்றும் புது

ஒப்பந்தம் எழுதிக் கொடுத்து வெளியேறினார். இவரது இதயத்தில் பாதி பிடுங்கப்பட்டது போல் நெஞ்சைத் தடவிக்கொண்டே வெளியே வந்தார். நாய்கள் ரெண்டும் வாலாட்டி இவரது சைக்கிள் அருகே காத்திருந்தன.

மனைவி இல்லாத வீடு வெறுமையாக, மூச்சுத் திணறச் செய்யும் தனிமை நரகமாக இருந்தது. 'அவள் இருக்குறவரை தன் ஆதங்கத்தை, ஆத்திரத்தை அவளிடம் காட்டவும் தணிக்கவும் முடிந்தது. தனது இயலாமையை ஏற்ற மனைவியாக, ருசியறிந்த தாயாகவும் இருந்தாள். என் பலவீனத்தை வெளியே காட்டாமல், சிங்கம் போல நிமிர்ந்து நடமாடவிட்டாள்.தான் பெறாவிட்டாலும் என்னை தந்தையாக உணரவிட்டவள் போய்விட்டாளே. மனைவி, இந்த ரெண்டு லட்ச ரூபாயை எடுத்துபோய் நான் கொடுத்ததாக வளர்ப்பு மகளிடம் தானே கொடுத்திருப்பாள். நடந்த எல்லாவற்றுக்கும் நானும் காரணம் என்றாலும் அவள் பழி சுமந்து போனாளே.' என்று நான்கு சுவருக்குள் புலம்பினார்.

காலை ஒருநேரம் மட்டும் சமைப்பார்.தான் உண்டது போக, மூன்று நேரமும் தன்னை நம்பிய நாய்களுக்கு போட்டார். அக்கம்பக்கம் கேட்பவருக்கு மனைவியை, மகள் வீட்டிற்கு அனுப்பியதாகச் சொன்னார். பச்சை நிறத்திலோ, மஞ்சள்நிறத்திலோ வேட்டி கட்டி, வெண் சட்டை அணிந்து தாடியோடு பக்தர் போல திரிவது, தனக்கு உகந்ததாகக் கருதினார். இவரிடம் தற்போது வட்டிக்கு கொடுக்க கைமுதல் இல்லை. எனினும் இவருக்கு பலர் தர வேண்டியதை வசூலிக்க கணக்கு நோட்டோடு சைக்கிளில் அலைந்தார்.

இவர் பின்னாலே நான்கு நாய்கள் அலைந்தன. இவர் நின்றால், இவரருகே வாலாட்டி நிற்கும். நகர்ந்தால் அவையும் பின் தொடரும். இவரது கடனாளிகள், இவரைப் பார்த்த நொடியில் இவரது நாய்க் கூட்டத்துக்கு

பயந்தே, இவருக்கு கையிலிருந்ததைக் கொடுத்தோ, அல்லது அடுத்தநாள் தருவதாகவோ சொல்லி நிற்க வைக்காமல் அனுப்பிவிடுவர். நாய்கள் இவருக்கு இந்தவகையில் உதவியாக இருந்தன. பள்ளிச்சிறுவர்கள் இவரது நாய்கள் மீது கல்லெறிந்தால், இவர் சைக்கிளை நிறுத்தி திட்டத் தொடங்குமுன்னே அந்தநாய்கள் அவர்களை நோக்கி பாய்ந்து குரைக்கும். இவர் நாய்களை ஏவி கடிக்கவிட்டுடுவார் என்று அவர்கள் பயந்து ஓடிவிடுவர்.

இவர் காலையில் எழுந்ததும் டீ வைத்து குடித்துக் கொண்டே நாய்களுக்கு ரஸ்க் போடுவார்.காலைக் கடனை முடித்துவந்து, நாய்கள் கழித்ததை பேப்பரில் கவ்வி எடுத்து தெருமுனை குப்பைத்தொட்டியில் போட்டுவிட்டு வருவார். பின் நாய்கள் தங்கிய இடத்தைக் கூட்டி சுத்தம் செய்துவிட்டு குளிப்பார்.ஒரு அடுப்பில் அரிசி வேகும். இன்னொரு அடுப்பில் கறிக்கடையில் வாங்கிவைத்திருந்த எலும்புத்துண்டு களையோ, கோழிக்கடையில் வாங்கிய கோழிக்கறிக் கழிவுகளையோ வைத்து மசாலாப்பொடி சேர்த்து கெட்டியாக குழம்பு வைப்பார்.

இவர் சாமி கும்பிட்டு, துணி மாற்றிவருவதற்குள் சோறும், கறியும் வெந்த வாசம் மூக்கைத் துளைக்கும். அவற்றை இறக்கிவைத்து ஒரு பாத்திரத்தில், தக்காளி, மிளகு கலந்த ரசம் வைத்துக் கொள்வார். நான்கு நாய்களுக்கும் உள்ள தனித்தனி அலுமினியத் தட்டுகளில் சோறும் கறியும் கலந்து வைப்பார். இதை பார்த்துக் கொண்டிருக்கும் நாய்கள், இவர், ‘வந்து தின்னுங்க’னு சொன்னதும் அதனதன் தட்டுகளில் உள்ளதைத் தின்னும். அவை தின்னும் சலப் சலப் சத்தம் தவிர வேறெந்த சத்தமும் கேட்காது. வாரத்தில் ஒருநாள் கண்மாய்க்கு அழைத்துபோய் நாய்களைக் குளிப்பாட்டி வருவார்.

நாவன்னா தனக்கு பிடிக்காதவர் பெயரை இரண்டு எழுத்தில் சுருக்கி ஒவ்வொரு நாய்க்கும் பெயர் வைத்திருக்கிறார். அந்த பெயரைக் கொண்டே அழைப்பார்; அவற்றோடு பேசுவார்;திட்டுவார்; சிரிப்பார். அவை அவரது சுபாவம் அறிந்து நடக்கும். இப்படி நாய்களோடு ஊடாடும்போது, அவரது கோப தாபங்கள், உறவுகளற்ற உணர்வு எல்லாம் மறைந்து நிம்மதியை உணர்ந்தார். இவர் நாய்களோடு பேசிக் கொண்டிருப்பதை பார்த்த பலர் இவரை "நாய்ச்சாமியார் "என்றனர். கிழக்கிறுக்கன்னு திட்டாம, சாமியாருனு சொல்றாங்களே, அதுவரைக்கும் பரவாயில்லை என்று நினைத்தார்.

இனி மூன்றுவருசத்தில் கடனைக் கட்டி முழுபென்சன் வாங்கிற வரைக்கும் இந்த அஞ்ஞாதவாச வேஷம் போடணும். அதுவரைக்கும் உயிரைக் காத்து குடும்பப் பென்சனை மனைவி வாங்குறதுக்கு உறுதிப்படுத்தணும். இல்லாட்டா கடன்காரப்பாவிக பேமிலிபென்சனிலும் பிடுங்க முயற்சிப்பாணுக. அதைத் தடுக்க நாம வாழ்ந்தாகணுமே என்று நினைத்தார். இவரது பற்றாக்குறையை சமாளிக்க முன்பு பழகியவர்களிடம் கோயிலுக்கு போறேன் நன்கொடை கொடுங்கன்னு கேட்டு வாங்கத் தொடங்கினார்.

●●●

ஒருநாள், பக்கத்து வீட்டுக்காரர்கள், "நாய்க தொல்லை தாங்க முடியலை. ராத்திரி பூராம் குரைச்சு தூங்க விடலை.நாய்க குரைக்கிறதைக் கேட்டு களவானிக வந்துட்டானுகளோன்னு எந்திரிச்சு சன்னல் வழி பார்க்க வேண்டியதிருக்கு! ஊரு நாய்கெல்லாம், உங்க வீட்டு நாய்களைத் தேடிவந்து உறுமுருதும், குழையுறதும் சகிக்க முடியலை! அய்யா, கோவிச்சுக்காம, பெரியமனசு பண்ணி, இந்த நாய்களை வெளியே பத்திவிடுங்க.

உருமாற்றம்

இல்லாட்டி வேற வீடு பார்த்துக்குங்க! உங்களுக்கு கோடி புண்ணியம்!"

"என்னூட்டு நாய்க உங்களையோ, பிள்ளைகளையோ பார்த்து குரைக்குதா, கடிக்க வருதா, இல்ல, உங்க வீட்டு முன்னால அசிங்கம் பண்ணிவைக்குதா. இப்படி எதுவுமில்ல. இந்த நாய்கனால இந்தத்தெருவில திருடன் வாசமே இல்லை. நாய்களை கட்டுப்படுத்த வழி செய்றேன். இதை சாக்கு வச்சு என்னை காலிபண்ணனு முன்னா, ஒரு ஆறுமாசம் பொறுங்க. திருச்சி ரோட்டில எனக்கு நாலு பிளாட்க இருக்கு, அதில மூணை வித்து ஒண்ணுல வீடு கட்டிகிட்டு போயிர்றேன். இல்ல, நாளைக்கே காலிபண்ணனுமுன்னா, நீங்க மூணு பிளாட்டுகளை வாங்கிக்கிறீங்களா. நான் இப்பவே காலிபண்ணிக்கிறேன் ",

நாவன்னாவின் கேள்விக்கு அக்கம்பக்கத்தார் பதில் இல்லாமல் மறைந்தனர். இவர் மூங்கிப்படல் தட்டி வாங்கி, தன் வீட்டைச் சுற்றி வேலி அமைத்து முன்னால் சிறு கேட் அமைத்து, ராத்திரிநேரம் நாய்களை உள்ளே அடைத்துக் கொண்டார். நாவன்னாவின் நாய்கள் எவரையும் கடித்ததில்லை. யாராவது கல்லெறிந்தாலோ, விரட்டினாலோ பாய்வது போல் குரைக்கும். இவர் வங்கிக்கோ, கோயிலுக்கோ போனால், வெளியே இவரது சைக்கிளைச் சுற்றி நிற்கும். தெருநாய்கள் எதும் உறுமி கிட்டவந்தால், பாய்ந்து விரட்டும். இவரும் நாய்களை அனுசரித்தே சைக்கிளை ஓரமாக, மெல்லவே மிதிப்பார்.

மனைவி, மதுரையில் மகள்வீட்டிலே தங்கிவிட்டாலும், அவ்வப்போது பக்கத்து வீட்டாருக்கு போன் செய்து இவரைப் பற்றி விசாரித்துக் கொள்வார். இவரிடம் பேசுவதில்லை.

ஒருநாள் காலை ஒன்பதுமணி வரை நாவன்னா கதவு திறக்கவில்லை. நாய்கள் மென்குரலில் புலம்புவதுபோல்

குரல் எழுப்பின. அவர் கதவு திறக்கவில்லை. வீட்டுக் கதவை பிறாண்டி, பிறாண்டி குரல் எழுப்பின. இதைப் பார்த்து பயந்த பக்கத்துவீட்டுக்காரர் துணிந்து மூங்கிப் படல் கேட்டைத் திறந்தார். நாய்கள் அவரிடம் முறையிடுவதுபோல் குழறின. அவர் நாய்களை விலக்கி, கதவைத் தட்டி அய்யா, அய்யா என்று சத்தம் கொடுத்தார். உள்ளிருந்து பதில் இல்லை. இதனிடையே அண்டைவீட்டு ஆண்கள் குழுமிவிட்டனர். ஒருவர் சன்னல்வழி உள்ளே பார்த்தார். நாவன்னா அசையாமல் படுத்திருந்தார். இன்னொருவர் ஆம்புலன்ஸ்க்கு பேசினார். திருப்புளி கொண்டு உள் தாழ்ப்பாலை நெம்பி கதவைத் திறந்தனர். ஆம்புலன்சும் வந்துவிட்டது.

மருத்துவர்குழு உள்ளேபோய் சோதித்தனர்.சுவாசம் இருந்தது. உணர்வற்றுக் கிடந்தார்.ஸ்ட்ரெச்சரில் கிடத்தி ஆம்புலன்ஸ்க்குள் தூக்கிப் போனார்கள். ஒதுங்கி நின்ற நாய்கள் மென்குரலில் ஒலி எழுப்பின. ஆம்புலன்ஸ் பின்னால் ஓடின. பக்கத்துவீட்டார் நாவன்னாவின் மனைவிக்கு தகவல் சொல்லி, பொது மருத்துவமனைக்கு வரச்சொன்னார். அண்டை வீட்டார் இருவர் பைக்கில் மருத்துவமனைக்கு சென்றனர். தீவிரசிகிச்சை பிரிவின் முன்பு மருதுவருக்காக காத்திருந்தனர். நாய்களை மருத்துவ மனைக்குள் விடாமல் காவலர் விரட்டினார். அவை ஓரமாக நின்று குரல் எழுப்பாமல் வாயை வாயைப் பிளந்து எதோ சொல்லின.

அண்டை வீட்டுக்காரர்கள் இருவரும் வெளியே வந்தனர். அவர்களிடம் பெரியநாய் மட்டும் போய், வாலாட்டி, எதோ கேட்பதுபோல் வாயை வாயைத் திறந்தது. அவர்கள் சொல்வதறியாமல் ரோடு தாண்டி டீக்கடைப்பக்கம் போயினர். நாய்கள் அவர்களையே பார்த்தபடி நின்றன.

ரெண்டுமணி வாக்கில், மருத்துவமனை முன்னே நின்ற காரிலிருந்து, நாவன்னாவின் மனைவி, மகள்,

மருமகன் கைக்குழந்தையுடன் இறங்கினர். பெரியநாய், நாவன்னாவின் மனைவியைப் பார்த்ததும் அருகில் ஓடி, குரல் எழுப்பி, வலது முன்காலைத் தூக்கி, மருத்துவ மனையைக் காட்டி ஏதோ சொன்னது. மனைவி குமுறி அழுது பெரியநாயைக் கட்டிக்கொண்டு விம்மினார். மற்ற நாய்களும் சேர்ந்து கொண்டன. போவோர் வருவோர் இந்த பாச நாடகத்தை பார்த்து அண்ணம் பாரித்து நின்றனர்.

– சிறுகதை–காலாண்டிதழ், ஜன–மார்ச் 2024

10. தடம் புரளுமுன்னே...

பார்க்கக் கூடாததைப் பார்த்ததுபோல் அப்பா தலையில் அடித்துக் கொண்டு ஓடிவந்தார். "என்னாச்சுங்கய்யா" பதறி கேட்டார் பண்ணையாள். "ஒண்ணுமில்ல; தலைவலிக்குது, கொஞ்சம் காபித்தண்ணி சூடா வாங்கிட்டு வா" என்று சொல்லி பொங்கிவரும் வியர்வை முத்துக்களை துண்டால் அழுந்தத் துடைத்து தோட்டத்து வீட்டின் முன்னுள்ள வேப்பமரத்தடிக் கல்லின் மீதமர்ந்தார். குளிர்ந்த வேப்பங் காற்றின் ஒத்தடத்தில் வியர்வை அடங்கி னாலும், மனப்பதற்றம் அடங்கவில்லை.

அப்பா, ஓய்வுபெற்ற ரயில்வே ஊழியர். அவர் தன் கிராமத்து வீட்டில் தங்கி கொஞ்சம் தானிய விவசாயமும், கொஞ்சம் பணப்பயிர் விவசாயமும் செய்து வருகிறார். ஒரே மகள் பொறியியல் படித்துவிட்டு மென்பொருள் துறையில் வேலை செய்கிறாள். வயது முப்பதை நெருங்குகிறது. சொந்தசாதியில் வரன் குதிரவில்லை. படித்தவன் கிடைத்தால்

சாதகம் பொருந்தவில்லை. சாதகம் பொருந்தினால், மாப்பிள்ளைக்கு படிப்பு பத்தலை, நல்ல குடும்பமில்லை; எல்லாம் ஓரளவு பொருந்தி வந்தால், மகளுக்கு பிடிக்கவில்லை. தன்னைவிட ஒரு நூறுரூபாயாவது கூட சம்பளம் வாங்கிற மாப்பிள்ளை வேணுமென்கிறாள். இப்படியான முரண்பாடுகளால் கல்யாணம் தள்ளிப் போய்க் கொண்டிருக்கிறது.

அப்பாவுக்கு படுத்தால் தூக்கமில்லை. கவலை ராப்பகலா வலைபின்னி முடக்குகிறது. தோட்டத்துக்கும் வீட்டுக்குமாக நடந்தும் ஊடும்பாடுமாக குனிந்தும், நிமிர்ந்தும் வேலை செய்யிற அலுப்பில் கொஞ்சநேரம் தன்னை மறந்து உறங்குறது தான். அப்புறம் கவலும் நினைவுகள் தாயக்கட்டையை உருட்டுவதுபோல் இவரை உருட்டுகையில் கண்களை மூடி ஏணிகளுக்கும், பாம்புகளுக்கும் இடையே புரண்டு கொண்டிருப்பார்.

ஒற்றைமகள் நல்லா படிக்கிறாள் என்று மனைவியின் மறுப்பை மீறி மகளது விருப்பத்துக்கு பொறியியல் படிக்க வைத்தார். படிப்பு முடித்ததும், கல்யாணம் பற்றி பேசியபோது, படிச்ச படிப்புக்கேத்த வேலையில் உட்கார்ந்த பின்னே பார்க்கலாம்ப்பா என்று செல்லமாக மறுதலித்தாள். தற்போது மென்பொருள் துறையில் மாதம் ஒரு லட்சம் வரை சம்பளம் வாங்குகிறாள். கொரோனா முடக்கத்திலிருந்து வீட்டிலிருந்தபடி வேலை செய்கிறாள். அவளுக்கு இடையூறு இல்லாமல் தோட்டத்து வீட்டிலே தேவையான வசதிகளை செய்து கொடுத்துள்ளார். சாப்பிட மட்டும் நாலெட்டு நடந்துவந்து போவாள். தற்போது மகளது நிறுவனத்தில் வேலைசெய்யும் பக்கத் தூரு சிநேகிதியும் மகளுடனே தங்கி வேலை செய்கிறாள். ஒருத்தருக்கொருத்தர் துணையாக இருக்கட்டுமுனு அம்மாவும் அனுமதித்தார். தோட்டவீட்டைக் கடந்து தோட்டத்துக்குள் போகும்போது காற்றாடி சத்தமும்,

கணிப்பொறி எழுத்துகளை தொடுஒலிகள் மட்டுமே இதமாகக் கேட்கும்.

தோட்ட வீட்டைக் கடந்து போகிறவர்கள் எவரும் உரக்கப் பேசக்கூடாது, எந்த சத்தமும் எழுப்பக்கூடாது என்று அவ்வழி நடப்போருக்கு உத்தரவு. சில சமயங்களில் சினேகிதிகள் பேசி, சிரிக்கும் அரவமோ, சினிமா பாட்டுசத்தமோ கேட்கும். அவர்கள் எந்த நேரம் வேலை பார்க்கிறார்கள், எந்தநேரம் தூங்குகிறார்கள் என்று தெரியாது. பகல்நேரத்தில் மேனிகவ்விய மேலாடையை மீறி மிளிரும் வனப்போடு இருவரும் ஊருக்குள் வந்து உண்டு போவார்கள். அவர்களது நடை, உடை, பேசும் பாவனைகளை சனங்கள் ஒதுங்கியிருந்து ரசிப்பர். அவர்களை நண்பிகள் கண்டுகொள்வதில்லை. இரவு எட்டுமணிக்கு அம்மா, வேலைக்காரரர் துணையோடு உணவு கொண்டுவருவார். அம்மா மட்டும் வீட்டுக்குள் நுழைந்து உணவுப் பாத்திரங்களை வைத்துவிட்டு சில நிமிடங்கள் பேசிவிட்டு, ‘அந்தக்கடவுள் இவளுகளுக்கு எங்கே எவனோட முடிச்சு போட்டு வச்சிருக்கானோ?’ ஏக்கப்பெருமூச்சோடு வெளியே வருவாள்.

அப்பா, இன்று காலை ஆறுமணி வாக்கில், தோட்டத் துக்குள் நடைபோயிட்டு வரும்போது, வீட்டுக்குள் வேறு வேறு மூச்சிரைப்புகள் புனையல் பாம்புகள் சீறுவது போல் வித்தியாசமாகக் கேட்டன. இவர் சுற்றிமுற்றி பார்த்தார். மூணடி நீளத்தில் வேப்பாங்கம்பு ஒன்று கிடந்தது. ஓசையில்லாமல் வெளிச்சன்னலைத் திறந்தார். விடிவிளக்கு நீலநிறத்தை பரத்தியிருந்தது. கண்களைக் கூர்படுத்தி அறைக்குள் பார்வையால் துழாவினார். ரயில்வே தண்டவாள பரிசோதனை பயணங்களின்போது பாம்பின் வாசனைகளை நன்குணர்ந்த இவருக்கு பாம்பின் வாசம் மூக்கில் தட்டுப் படவில்லை. கண்களை மேலும் கூர்படுத்தி ஊடுருவினார். புனையலில் பாம்புகள் இல்லை. மகள்களே! அரவமின்றி சன்னலை

மூடிவிட்டு, கண்கள் கூச ஒளிக் குருடானது போல் கண்களையும், உதட்டையும் இறுக மூடிக்கொண்டு, மலத்தை மிதித்ததுபோல் காலை உதறி துள்ளி ஓடினார்.

'ஐயோ கொடுமையே, என்னமோ கனாக் கண்டது கணக்கா, இந்த மானக்கேடை யாருகிட்ட சொல்லி என்ன பரிகாரம் பெறுவேன்...'மனதுக்குள் ஊமை அழுகையாகப் புலம்பினார். 'பத்திரிகையில், கோர்ட்டில் இழுபடற அலங்கோலங்களும், ரோட்டில் பேசித் துப்பும் கந்தரகோலங்களும் என் வீட்டிலியா நடக்கணும்! இதைப் பார்த்துட்டு நான் இன்னும் உயிரோட இருக் கேனே! ஊருபயலுக எவனாச்சும் இதை கண்டாக்கா புழுதி நெல்லை தூத்துறது கணக்கா ஊரு உலகம் முழுக்க தூத்தி காறித்துப்பிரு வானுகளே... ஊருக்கெல் லாம் யோசனை சொன்ன நம்மலை ஊரே ஏசுறமாதிரி ஆயிருமே, ஐயோ கடவுளே! பாலிடாலைக் குடிச்சு உயிரை மாச்சுக்கலாமா! தலையில் அடித்துக்கொண்டு நகர்ந்தார்.

பண்ணையாள் ஒரு சிறுசெம்பில் தண்ணீரும், ஒரு தம்ளரில் காப்பியும் கொண்டுவந்து கொடுத்துட்டு பவ்வியமாக வலக்கையை மார்பில் அணைத்து, இடதுகையால் தலையை சொறிந்தபடி அய்யாவின் உத்தரவுக்கு காத்திருந்தார். "நீ தோட்டத்தில வேலையைப் பாரு இதோ வர்றேன்"

கசந்த காப்பியை விழுங்கினார். மனக்கசப்புக்கு, சூடான காபி கசப்பு இதமாக இருந்தது. மகளது கல்யாணத்துக்கு தன்னாலான முயற்சியெல்லாம் செஞ்சாச்சு. காலத்தின் கோலமா தெரியலை! பருவம் தப்பி பெய்யிற மழைச் சேதாரம் மாதிரி, பருவம் தவறிய மனிதர்களும் செய்வார்களோ...? நாம் அவசரப்பட்டு வெளியே எதுவும் சொல்லியோ, எதாவது செய்தோ விபரீதம் ஏற்பட்டுவிடக் கூடாது.

காலாற நடந்தார். பல் துலக்கினோமா இல்லையானு சந்தேகம் துளைத்தது. ஒரு வேப்பங்குச்சியை ஒடித்து பல்லைத் தேய்த்தவாறே நடையைத் தொடர்ந்தார். பதற்றம் சற்று தணிந்தது. இளங்காலை வெயிலில் பட்டாம்பூச்சிகள் பறந்து பூக்களை மொய்த்தன. தேனீக்கள் ரீங்கரித்து அவற்றிற்கான பூக்களைச் சுற்றி வந்தன. அணில்கள் கொய்யாமரத்தில் கனிகளைக் கொறித்துக் கொண்டிருந்தன. மாமரங்களில் குரங்குகள் தாவி கனிகளை சுவைத்து கொட்டைகளை எறிந்தன. எல்லா ஜீவன்களும் அங்குமிங்கும் அலைந்து தேடி பசியைத் தணித்து கொள்கின்றன. வேலியோர மரத்தண்டுகளை முகர்ந்த நாய்கள் குறுக்கும் நெடுக்குமாக விரட்டி ஓடி ஒதுங்கின. ஊருக்கு வெளியே இருந்த கால்நடை மருத்துவ மையத்துக்கு சினைபோட சுற்றியுள்ள கிராமங்களிலிருந்து சம்சாரிகள் பசுக்களை அழைத்து வந்துகொண்டிருந்தனர்.

வாய் கசந்தது. அருகில் ஓடிய மோட்டார் பம்பு செட்டில் பீச்சியடிக்கும் நீரை அள்ளி வாய்க் கொப் பளித்தார். முகமெல்லாம் வெள்ளிநீர் தெறித்து வெயிலில் கூடி வர்ணஜாலம் செய்தது. இவர் மூன்றுவயது பையனாக இருக்கும்போது பக்கத்துவீட்டு பையனோடு மோட்டார் பம்புசெட்டில் குளிக்கப் போனபோது நடந்தது நினைவுக்கு வந்தது. மதியம் ரெண்டுமணி இருக்கும். இரண்டு பெண்கள் தண்ணீர்தொட்டிக்குள் ஒருவருக்கொருவர் உடல் தேய்த்துவிட்டுக்கொண்டும், ஏதோதோ கிசுகிசுத்தும் குபீர்னு சிரித்துக் கொண்டு மிருந்தனர். சிறுவர்கள் டிரவுசரைக் கழட்டிக்கொண்டு அக்கா நாங்களும் குளிக்க வர்றோம் என்று சொல்லி தொட்டியில் இறங்கப் போனார்கள்.

அந்த பெண்கள் திடுக்கிட்டு பாவாடைகளை சரி செய்துகிட்டு "யார்றா அது, பொம்பளைக குளிக்கும்போது ஆம்பிளைக வரக்கூடாதுன்னு தெரியாதா" என்று

உருமாற்றம் 97

கோபத்தோட நனைந்த நீளமுடி விராமீனு கணக்கா சுழண்டு எழ திரும்பி பார்த்தார்கள்.

சற்று பின்வாங்கி ஓடமுயன்ற சிறுவர்களைப் பார்த்ததும் பெண்கள் சிரித்தனர். அவர்களது பார்வை இவர்களது அறைஞான்கொடியின் கீழ் ஒட்டிநின்றது. டேய் தம்பிகளா வாங்கடா சேர்ந்து குளிப்போம் என்றாள் ஒருத்தி. ஏய் தம்பி, கிட்ட வா, மணி என்னா குதுன்னு பார்ப்போம்னு இன்னொருத்தி சிறுவர்களை நோக்கி கையை நீட்டினாள். சிறுவர்கள் ட்ரவுசரைப் போட்டுக்கொண்டு மூச்சிரைக்க தோட்டத்தில் களை எடுத்துக்கொண்டிருக்கும் அவர்களது அம்மாக்களிடம் ஓடினர். "அவளுக கன்னிகழியாம மேனி முத்திப்போன வளுகடா; நல்லவேளை அவளுக்கிட்ட தப்பிச்சீட்டிக. இனி அவளுகளைப் பார்த்தா, கூப்பிடிறாகனு மறந்தும் கிட்டப் போயிராதிக" என்று இவரது அம்மா சொன்னது இன்னும் இவரது காதுக்குள் ஒளிந்திருக்கிறது. அம்மா சொன்ன வார்த்தையின் முழு அர்த்தமும் இப்பதான் இவருக்கு விளங்குது!

வயிற்றுப் பசியைப் போல உடல்பசியும் தணிக்க வேண்டிய ஒன்று தானே! பசிதணிக்க இயற்கையில் எந்த ஜீவனும் சாதி, இனம் பார்ப்பதில்லை, சாதி, இனம், நிறமுன்னு கிறுக்காய்த் திரிகிறவங்க கூட. இந்தப்பசியை எந்தவழியிலும் தணித்துக் கொள்வதில் வெட்கமோ, தயக்கமோ காட்டுறதில்லை.

ஒரு சுற்று நடந்து தோட்டவீட்டுக்கே திரும்பினார். மெல்ல கனைத்துக்கொண்டே கதவைத் தட்டினார். "செல்லம், செல்லம், கதவைத் திறடா செல்லம்" ஆடைகளைச் சரிசெய்து கொண்டு, சோர்ந்த கண்களும், உலர்ந்த உதடுகளுமாய் கொட்டாவி பரிய, மகள் கதவை ஒருசாய்த்து திறந்து தலையை மட்டும் வெளியே நீட்டினாள்.

"என்னப்பா இந்நேரத்தில..."

"ஒண்ணுமில்லடா செல்லம், ராத்திரியெல்லாம் கெட்டகனவா வருது, எந்தசாதியா இருந்தாலும் பரவாயில்ல, உனக்கு பிடிச்சவனை விரசா சொல்லு. அவுங்க வீட்டில பேசி உனக்கு கல்யாணம் செஞ்சு வச்சுர்றோம். பருவத்திலே பயிர்செய்யிற குடும்பம், நாம அதைத் தவற விட்டுறக் கூடாதுல்ல!"

"போங்கப்பா உங்களுக்கும், அம்மாவுக்கும் வேற வேலை இல்லை" ரயில்வே கைகாட்டி போல அவளது தலை குனிந்தது.

– தளம் காலாண்டிதழ், ஜன–மார்ச்–2024

11. இணையும் இறக்கைகள்

நேற்றுதான் நடந்தது போல் மனதில் பசுமையா இருக்கு. இருபத்தஞ்சு வருஷத்துக்கு முன் ஒருநாள் காலை; நண்பன் நடேசனும் நானும் திருப்பரங்குன்றம் மலையைச் சுற்றி நடை போய்க்கொண்டிருந்தோம். நடேசன் வருத்தத்தோடு சொன்னான்.

"நேத்து மதியம், நாங்க ஆசைப்பட்டது போல பெண்குழந்தை பிறந்திருக்கு. அச்சு அசலா எங்கம்மா மாதிரி பிறந்திருக்கு. ஆனா கைகரெண்டும் விரலுக இல்லாம சூம்பி இருக்கு. காலுக ரெண்டும் விரல்களோட நல்லா இருக்கு. பிறந்த குழந்தையை நினைச்சு சந்தோசப்படவும் முடியலை; சங்கடப்படவும் முடியலை" என் உள்ளங்கைகளைப் பற்றிய அவனது கண்களில் நீர் ததும்பியது. அவனை அணைத்து அழைத்துச் சென்று மலைக் கோயிலுக்குச் செல்லும் படிகளுக்கு எதிரே மரத்தடி கல்பலகையில் உட்கார்த்தினேன்.

அவனது உள்ளங்கைகளைப் பற்றி இதம் சேர்த்தபடி, இயற்கை விநோதமானது. ஒரு உறுப்பு முடங்கினால், பிற உறுப்புகள் பலமடங்கு பலமாயிருந்து குறையை சரி செய்யும். சவலை பாய்ந்த நோஞ்சான் பிள்ளையை தாய் தனிக்கவனம் எடுத்து கவனிக்கிற மாதிரிதான் இயற்கையும் செயல்படுது. உதாரணமாக எனக்குத் தெரிந்த பேச இயலாதவர், கண்பார்வைக் குறைந்தவர் அசாதாரணத் திறமைகளோடு வாழ்க்கையை ஜெயித்த நிகழ்வுகளைச் சொன்னேன்.ஆறுதலுக்காகச் சொல்கிறேனோ என்று அவன் என்கண்களை ஊடுருவினான். அப்போது நாங்கள் உட்கார்ந்த இடத்திலிருந்து சற்றுத் தள்ளி ரோட்டுக்குக் கீழே ஒருநாய், உடைபடாத தேங்காய் ஒன்றின் குடுமியை வாயால் கவ்வி சாலையைக் கடந்து மலைக்கோயிலுக்கு செல்லும் படிகளில் தேங்காயை இழுத்தபடி ஏறியது.

“ஏய் அங்க பார்றா, யாரோ சிதறுகாய் போட்டப்ப உடையாத தேங்காயை நாய் இழுத்துக்கிட்டு படியில் ஏறுது” கிசுகிசுத்தேன். நாங்கள் இருவரும் நாயைக் கவனித்தோம். நாய் இடது முன்னங்காலை ஊன்றி, வாயில் கவ்விய தேங்காய்க்குடுமி நழுவி விழுந்திறாம வலது முன்னங்காலால் அணைத்து மெல்ல மெல்ல படியேறியது.நாங்க ரெண்டுபேரும் வாய்பிளந்து பார்த்துக் கொண்டிருந்தோம். மேலே கடைசிப்படி ஏறியதும் நாய் இரு முன்னங்கால்களால் தேங்காயை அணைத்துப் பிடித்துக்கொண்டு, நாக்கைத் தொங்கவிட்டு இளைப்பாறியது. நாங்கள் உட்கார்ந்த இடத்திலிருந்து பார்க்கும்போது நாய் உயர்ந்தும், நாங்கள் சிறுத்தும் உணர்ந்தோம்.

பத்துநிமிடம் கடந்து இருக்கும்; நாய் கீழே பார்த்தது. ஆள் நடமாட்டம் இல்லை என்றுணர்ந்து கால்களில் பிடித்திருந்த தேங்காயைக் கீழே படியில் உருட்டியது. உருளும் தேங்காய் படிகளின் விளிம்புகளில் பட்டுப்பட்டு

தெறித்து குதித்து குதித்து ஓடிவந்தது. நாயும் பின் தொடர்ந்தது. கீழே கடைசிப்படியில் தேங்காய் விழுந்ததும் தேங்காய் இரண்டாக உடைந்திருந்தது.நாய் கடைசிப் படியில் குதித்து ஒரு மூடியைக் கவ்வி அருகே ஒரு கல்சந்துக்கிடையில் ஒளித்து வைத்தது. இன்னொரு மூடியைக் கால்களால் கவ்வி, தேங்காயை பல்லால் கரம்பிக் கரம்பித் தின்னத் தொடங்கியது. நாங்கள் அரவமில்லாமல் எழுந்து நடந்தோம்.

"நடேசா, அந்த நாயைக் கவனிச்சியா, நாயிக்கு கிடைச்ச தெங்கம்பழங்கிற பழமொழியையே மாத்தி யிருச்சு. மனுஷன் நாம முயற்சி பண்ணி வளர்க்குற முறையில் குழந்தையை வளர்த்தோமுன்னா கையில்லா குறையை வெல்லலாமே" அவன் என்னைக் கட்டித் தழுவிக் கண்ணீர் பெருக்கினான்.

எனது மற்றொரு நண்பன் ஓவியர் வெண்புறாவிடம் இந்த நாயைப் பற்றிக் கூறி, இதை ஓவியமாக வரைந்து தரச்சொன்னேன். தேங்காய்க்குடுமியை நாய் வாயில் கவ்வி, இடதுமுன்னங்கால் ஊன்றி, வலது முன்னங்கால் அணைப்பில் படிகளில் ஏறுவது; மேல்படியில், முன்னங் கால்களால் தேங்காயைப் பிடித்து நின்றபடி, நாக்கைத் தொங்கவிட்டு இளைப்பாறுவது; உருட்டிவிடப்பட்டத் தேங்காய் படிக்கட்டு விளிம்புகளில் தெறித்து உருண்டு கீழ்நோக்கி வருவதை நாய் பின்தொடருவது; கீழ்ப்படியில் உடைந்து விழுந்த தேங்காய்மூடியை நாய்க் கவ்வி கரம்பித் தின்பது; இப்படி நான்கு படங்களை தத்ரூபமாக ஓவியர் வரைந்திருந்தார்.

இந்த நான்கு படங்களை இணைத்து ஒரே சட்டகத்தில் வருமாறு கண்ணாடிபிரேமிட்டு, குழந்தைக்கு வேண்டிய பேபிசெட்ஆடை பரிசோடு நானும் எனது மனைவியும் சென்று குழந்தையைப் பார்த்து கொஞ்சிப் பரிசாகக் கொடுத்தோம். நடேசனும், மனைவியும் இந்தப் படம் சொல்லும் கருத்தை உணர்ந்து நெகிழ்ந்தார்கள்.

அருள்மொழி என்று பெயரிட்ட அந்தக்குழந்தை மூன்றுவயதிலிருந்தே தனித்திறமைகளைக் காட்டியது. காதால் கேட்பதை அப்படியே ஏற்ற இறக்கங்கலோடுத் திருப்பிச்சொல்லும். கண்ணில் கண்டதை இடதுகாலால் சிலேட்டை நகரவிடாமல் வாகாகப் பற்றிக்கொண்டு, வலதுகால் கட்டைவிரல் அடுத்தவிரலுக்கிடையில் சிலேட்டுக்குச்சியை பற்றிக்கொண்டு வரைந்து காட்டும். அந்தக்குழந்தையை முதலில் இளக்காரமாக பார்த்தவர்கள் அதிசயக் குழந்தை என்று அண்ணம்பாரித்தனர். இரண்டாண்டுகள் வீட்டிலே தனிஆசிரியை அமர்த்தி தமிழிலும் ஆங்கிலத்திலும் எண்ணும், எழுத்தும் கற்றுக்கொடுத்தனர். கால்விரலால் எழுதினாலும் ஒவ்வொரு எழுத்தும் பிசிறில்லாமல், அச்சுக்கோர்த்தது கணக்கா இருக்கும்! குளித்தல், கழித்தல், அணிதல் எல்லாம் தானாக செய்யக் கற்றுத் தந்தார்கள். உண்ணும் போது ஸ்பூனை இருகரங்களில் பற்றித் தின்றாள்.

ஐந்து வயதில் ஒன்னாம் வகுப்பில் சேர்த்தனர். ஒவ்வொரு நாளும் பாராட்டுகளோடு வந்தாள். சகசிறுமிகளும் கூட அருள்மொழியோடு அசூயை இல்லாமல் பழகத்தொடங்கினர். இவள் பிறந்தபின் நடேசனது சிறிய ரெடிமேட் துணிக்கடை பெரிய ஷோரூம் கடையாக வளர்ந்தது. நடேசனுக்கு பொருளாதாரநெருக்கடி இல்லை. இவள் பேச்சு, பாட்டு, கவிதைப் போட்டிகளில் முதன்மையாக வந்தாள். நகரில் உள்ள பல சங்கங்கள் போட்டிப் போட்டுக்கொண்டு விருதுகளையும், கல்வி உதவித் தொகைகளையும் வழங்கின. உலகறிவு தெரிய தொடங்கிய தருணத்திலிருந்து, அந்த நாய் ஓவியம் அருள்மொழியை வெகுவாக ஈர்த்து உத்வேகமூட்டியது. உற்சாகப்படுத்தியது.ஒருவகையில் வழிகாட்டி இவளுக்கு தன்னம்பிக்கையைத் தூண்டியது. இதன் விளைவுதான் தான் பங்கேற்பதில் எல்லாம் முதன்மையைக் கனிவித்தது.

அருள்மொழி வளர வளர, பெற்றவர்களுக்குள் ஒரு கவலையும் வளர்ந்தது. பூப்பெய்திய நாளிலிருந்து

பெண்களுக்கான இயற்கை வாதையை எதிர்கொள்ள அம்மா, தோழியாக இருந்து பயிற்றுவித்தாள். இவளுக்கு வேலை, கல்யாண வாழ்க்கை எப்படி அமையுமோ என்ற கவலை பெற்றோரைக் கடைந்து கொண்டிருந்தது. கல்லூரியில் பிகாம் படிக்கும் வரை கால்களால் எழுதினாள். வேலைக்குப் போகவேண்டிய சூழலில் அலுவலகத்தில் காலால் எழுதுவதற்கான சூழல் அமையாமல் வேலைவாய்ப்பு நழுவிப் போகலாம். இவர்களது குடும்ப மருத்துவர் யோசனையில் சூம்பியகைகளில் பிரத்தியேகமாக வடிவமைக்கப்பட்ட ரப்பர் கையுறைகளைப் பொருத்தி, அதன்மூலம் செயற்கை விரல் உதவியால் வீட்டிலே எழுதப் பயிற்சி செய்து வந்தாள்.

பிகாம் முடித்தவுடன் அரசின் குடிமைத்தேர்வு பயிற்சி வகிப்பில் சேர்ந்து பயின்றாள். அந்த ஆண்டு தமிழ்நாடரசு அறிவித்த 'குருப் ஒன்று' தேர்வு முதல்நிலை, மற்றும் முதன்மைத்தேர்வுகள் எழுதித் தேர்ச்சி பெற்றாள். தேர்வுமுடிவு வெளிவந்தநாளில் அருள்மொழியின் நேர்காணல் அனைத்து மின்னூடகங்களிலும், செய்தித் தாள்களிலும் வந்தது. மாநில முதல்வர் உள்ளிட்ட முக்கிய பிரமுகர்கள் வாழ்த்தினர். இவர்கள் குடியிருக்கும் தெருவே கொண்டாடியது. நகரிலுள்ள அனைத்து சேவை நிறுவனங்களும் பாராட்டி விருதுகளை அளித்தன. நண்பன் நடேசன் ஒவ்வொரு விழாவிற்கும் என்னை அழைத்துச் சென்று என்னையும் கௌரவித்தான்.

குறுகியகால பயிற்சிக்குப்பின், திருமங்கலம் வருவாய்க் கோட்டாட்சியராகப் பணிநியமனம் பெற்றாள். பணியில் சேர்வதற்கு முன் வாழ்த்து பெறவேண்டும் என்று அருள்மொழி தன் பெற்றோருடன் என்வீட்டிற்கு வந்திருந்தாள். எனது பிள்ளைகள் இந்த உயரத்தை எட்டாவிட்டாலும், வீடுதேடிவந்த அருள்மொழியை நானும் எனது மனைவியும் வாழ்த்துவது பெருமிதம் தந்தது. "மாமா, நீங்களும் அத்தையும் வீட்டிற்கு வாங்க

ஒரு முக்கியமான விசயம் பேசணும்” அருள்மொழி கேட்கவும் அவர்களோடு, நாங்களும் அவளது வீட்டிற்கு காரில் புறப்பட்டோம்.

அருள்மொழியிடம் என்னம்மா அவ்வளவு முக்கிய மான விஷயம் என்று கேட்டேன். “மாமா, நான் ட்ரெய்னிங் போயிருந்தபோது, என்னோடு ட்ரெய்னிங்கில் கலந்துகொண்ட அதியமான் என்பவர் ஓய்வுகிடைக்கும் போதெல்லாம் என்னோடு பேசுவார். சகப்பயிற்சியாளார் என்ற முறையில் அளவாகப் பேசுவேன். பயிற்சி முடிவதற்கு முதல்நாள், என்னிடம் வந்து உங்களை நான் விரும்புகிறேன்.நாம கல்யாணம் செய்துகொள்ளுவோமா என்றார்.எனக்கு அதிர்ச்சியாக இருந்தது. நான் உங்க ளிடம் சக பயிற்சியாளார் என்ற முறையில்தான் பேசி னேன். கண்டதும் காதல் கொள்வதற்கு சர்வலட்சணங் களும் பொருந்திய பேரழகி இல்லை. எனது உடலிலுள்ள குறைபாடுகளை ஏற்றுக்கொண்டு, சகித்து, வாழ்க்கை நடத்தும் பக்குவம் உங்களுக்கு இருக்கா? நான், திருமண வாழ்க்கை பற்றி எந்த சிந்தனையுமில்லா நிலையில் உங்களது விருப்பத்தை எப்படி ஏற்கமுடியும் என்று மறுத்து விட்டேன்.

அவர் உடனே தனது இடதுகால் பூட்சைக் கழட்டி, இடதுகால் பேன்ட்டை முழங்கால்வரை உயர்த்தினார். அவரது முழங்காலுக்குக் கீழே கால்பகுதி சூம்பி, விரியாத வாழைப்பூ போலத் தொங்கியது. ‘ஒரு ஆணாக நான் பட்ட துயரத்தைவிட, ஒரு பெண்ணாக நீ பட்டிருக்கும் சொல்லவியலா துயரத்தை டாக்டருக்கு படித்தவன் என்னால் கூடுதலாகப் புரிந்துகொள்ள முடியும். எனது துன்பங்களை, உணர்வுகளை உன்னாலும் புரிந்துகொள்ள முடியும். ஒருத்தருக்கொருத்தர் புரிதலோடும், பரிவோடும் வாழ்க்கையை நடத்தமுடியும் என்ற எண்ணத்தில்தான் உன்னை கைப்பிடிக்க விரும்புறேன்.

இதுபோன்ற குறைபாடு உள்ளவர்களை டாக்டராக உதவுவதை விட மருத்துவ அறிவுள்ள அதிகாரியாக இருந்தால் அதிகாரத்தைக் கொண்டு கூடுதலாக உதவ முடியும் என்றுதான் 'குருப் ஒன்று தேர்வு' எழுதினேன். இதே முயற்சியைக் கொண்டு ஐஏஎஸ் தேர்வாகி இருக்கலாம். அதில் தமிழ்நாட்டில் வேலைபார்க்கும் வாய்ப்பு குறைவு. அதனால்தான் 'குருப் ஒன்றுதேர்வு' எழுதினேன். உன்னையும் கண்டேன். நாமிருவரும் மணந்து கொண்டால் நாளைக்கு நீயும் என்னைப்போல கலக்டராயி பலருக்கு உதவலாம் என்ற ஆசையாலும், என் விருப்பத்தை தெரிவிக்கிறேன் 'என்று கண்ணீர்ப் பொங்கப் பேசினார்.

அதியமான் முகத்தை ஊடுருவியதில் அவரது பேச்சில் உண்மை தெரிந்தது. எனக்கு திருமணம் பற்றிய எந்த யோசனையுமில்லை. உங்க பெற்றோரோடு வந்து, எங்க அம்மா அப்பாவிடம் பேசுங்கள் என்றேன். அவரது அம்மாவும் அப்பாவும் ஆசிரியர்களாம். அவர்கள் இன்று மாலை நான்குமணிக்கு நம் வீட்டிற்கு வருகிறார்கள். அவர்களிடம் கலந்து பேசவும் முடி வெடுக்கத்தான் உங்களை அழைச்சுட்டுப் போறோம் மாமா" வீடு நெருங்கியது. சன்னல் கதவைத் திறந்தேன். மாலைநேர இயற்கைக்காற்று இதமாக வீசியது.

– தினமணிகதிர், 22.10.23

12. உருமாற்றம்

*தா*லாட்டும் இரயிலின் அசைவில் கண்ணயர்ந்திருந்தேன். சன்னலை ஊடுருவி சூரியவிரல்கள் கிள்ளியது குளிரூட்டிய பெட்டியில் இதமாக இருந்தது. கண் திறக்க மனமில்லை. காதில் விழுந்த அந்தக்குரல் மனதை உலுக்கியது.

"செல்லக்குட்டி எந்திருச்சிட்டா னாம்மா. சரி, அவன் எந்திருக்கும்போது எந்திருக்கட்டும். எந்திருச்சி அம்மான்னு அழுதான்னா, காக்கா, குருவி, கோழி, நாயைக் காட்டி பேசிக்கிட்டே பாலைக் குடிக்கவைம்மா. சிரமத்தோட சிரமமா இன்னிக்கு ஒருநாள் பார்த்துக்கும்மா. இந்தவேலை உறுதியா கிடைச்சிரும். முன்னமே, நான் வேலைபார்த்த கம்பனிங் கிறதால, வீட்டில இருந்தே வேலை பார்க்கிற மாதிரி கேட்டுப் பார்க்கிறேன். அய்யன் சொல்ற மாதிரி 'ஒரு காத்து நம்மல தூக்கி எறிஞ்சா, இன்னொரு காத்து நிமிர்த்தி உக்கார்த்திரும்! 'இன்னிக்கி ராப்பொழுது தம்பியை பார்த்துக்கும்மா.

உருமாற்றம் 107

அவன் எந்திருக்குமுன்ன, விடியக் காத்தால டாண்ணு வீட்டுல இருப்பேன்.

அழுவாதம்மா. நா அருக்காணி அத்தை இல்லம்மா, வெள்ளச்சேல கட்டிக்கிட்டு, மூச்சூடும் அழுதுகிட்டு வீட்டுக்குள்ளே மூலையில் முடங்கிக் கிடக்க முடியாது. அந்தக்காலம் மலையேறிருச்சு. நீங்க வம்பாடு பட்டு என்னை படிக்க வச்சிருக்கீய. நா படிப்புக்கேத்த வேலையை தேடி உம்பேரனையும், உங்களையும் காப் பாத்திருவேன். கவலைப் படாதேம்மா, நாம தைரியமா இருந்தா எந்தக்கிரகம் என்ன பண்ணும்? நீ பெத்தமக நான் உனக்கு தையிரியம் சொல்லணுமாக்கும்!"

நெஞ்சை அறுக்கும் குரல் எனது கால்மாட்டிலிருந்து வந்தது. கரூரில் ஏறி எனக்கு மேல்படுக்கையில் படுத்திருப் பாள் போலிருக்கு. விடிந்ததும் கீழே என் கால்மாட்டில் உட்கார்ந்திருக்கிறாள். என்காலை முன்னே இழுத்து, போர்வையை சுருட்டி எழுந்து உட்கார்ந்தேன். "நல்லா உட்காரும்மா."

"தேங்க்ஸ்ங்க அங்கிள்" என்றவள் முகத்தை நோக்கி னேன். இருபத்தெட்டு வயதிருக்கும்; கட்டவிழாத உடல்; வட்டமான கருத்தநிலவு, களையான முகத்தில் வெறுமை படிந்திருந்தது. சுருண்டு நெளிந்த கூந்தல், முகத்திற்கு ஈர்ப்பைக் கூட்டியிருந்தது. சந்தனநிற சுடிதாரில், சிவப்பு, நீலநிற பூக்கள் மலர்ந்திருந்தன. பின்னால் முடிச்சிட்ட துப்பட்டா மார்பில் "v "வடிவில் விரிந்து முதுக்குக்குப் பின் இறங்கியது. இவளிடமிருந்தா அந்த ரணம் தோய்ந்த முதிர்ந்த வார்த்தைகள் வெளிப்பட்டன! நம்பமுடிய வில்லை. இருக்கையிலிருந்து எழுந்து முகங்கழுவப் போகும்போது, மீண்டும் அவளது முகத்தை ஊடுருவி னேன். மனதின் துயரத்தை வெளிபடுத்தாத முகம்! அவளது வயதுக்கு மீறிய அனுபவ வார்த்தைகள் மனதை பிசைந்தது.

நான் பத்துவயதிளிருக்கும் போது கரூரில் பொரிக்காரத் தெருவில் குடியிருந்தோம்.காலையில், மாலையில் அந்தத்தெருவின் முகனைவீட்டில் பசும்பால் வாங்கப் போவேன். அந்த வீட்டில் அருக்காணிங்கிற அக்கா வெள்ளைப்புடவை கட்டியிருக்கும். இருபதுவயசுதான் இருக்கும். முகம் முழுதும் எண்ணெய் வடிஞ்சு அழும் சோகமா இருக்கும். சுருட்டைமுடியை இறுக்கமாக முடிந்து, எங்கம்மா கொண்டையைவிட பெரியதா கொண்டை போட்டிருக்கும். என்னைப் பார்த்ததும், சிரிச்சு, “கண்ணு என்ன படிக்கிற, எந்த ஸ்கூலு. சாமி, நீ லீவுல இருக்கும்போது வர்றியா, நாம தாயம் விளை யாடலாம்” என்று என் கன்னத்தை தடவி நெட்டிமுறிக்கும். வறுத்த கடலைகளை எனது டிரவுசர் பாக்காட்டிலும், சட்டைப் பாக்கட்டிலும் போட்டுவிடும்!

ஒரு சனிக்கிழமை, பால்வாங்கி கொடுத்து காபி குடிச் சிட்டு அருக்காணி அக்காகூட தாயம் விளையாடிட்டு இருந்தேன். தாயம் விளையாடிட்டிருக்கும்போது, அக்கா நடுநடுவில எந்திருச்சுப் போய், மாடுகளுக்கும், கண்ணுக் குட்டிகளுக்கும் தீவனமோ, தண்ணியோ வச்சிட்டு வரும். வந்ததும், அந்தந்த காய்கள் வைத்த இடங்களில் வைத்தபடி இருக்கான்னு, பார்த்தபின் தான், என்னை, சோழியை போடவிடும். கண்கொத்திப்பாம்பாக கவனித்து எனது காய்களை வெட்டும். நான் சோர்ந்துறாம இருக்க, தனது காய்களை நான் வெட்ட அனுமதிக்கும். நான் வெட்டியதும், என்னக்கா, இப்படி ஏமாந்து வெட்டுக்கு குடுத்திட்டியேன்னு கேட்டா, “எனக்கு வெட்டு வாங்குறது சாகசம். என் புழைப்பே வெட்டுப் பட்டு கிடைக்கையில இது சாதாரணம்” என்கும். அப்புறம் எதுக்குக்கா, என் காய்களைத் தேடி தேடி வெட்டுறன்னு கேட்டேன். “வெட்டு பட்டுகிட்டே இருக்கக்கூடாதில்ல, நாமலும் வெட்டணுமில்ல! இதுக்குத்தான் உனக்கும் வெட்டுக்கு குடுத்தேன். விளை

யாட்டுல வெட்டுக் கொடுக்கலாம். ஆனா, வாழ்க்கையில வெட்டுபட இடம்கொடுக்கக் கூடாது" அன்னிக்கு அருக்காணி அக்கா சொன்னதுக்கு இப்போ அர்த்தம் விளங்குது.

இப்படி ஒருநாள் சாயந்திரம் விளையாடிகிட்டிருக்கும் போது, தோட்டவேலைக்கு போய் திரும்பிய, அந்தக் காவோட அம்மா, "ஏண்டி, பொழுது மசங்குனதுகூட தெரியாம, விளக்கேத்தாம, அறுத்தவ, சின்னபசங்களை கூட்டி விளையாடிகிட்டிருக்கியே, நாலுபேர் பார்த்து, சொல்லக்கூடாததைச் சொன்னா, நம்மகுடும்பத்தை சந்தி சிரிக்குமே. நீ இன்னும் சின்ன பிள்ளையா, புருஷன் இருந்தான்னா நாலு பிள்ளை பெத்திருப்பே. மூத்தது பொட்டையா பிறந்திருந்தா இந்நேரம் உக்கார்ந்திருக்கும். டேய், நீ பால் வாங்குறதுக்கு மட்டுந்தான் வரணும். அக்கா கூட விளையாடக்கூடாது, எந்திருச்சு ஓடுரா" என்று அந்தம்மா விரட்டியதிலிருந்து,

நான் விளையாடப் போறதில்லை. பால் வாங்கும் போது பார்த்தா, அந்தக்கா முகம் பாவமா இருக்கும்! அழுவாச்சி கலந்த சிரிக்கிறாப்புல இருக்கும். இந்தப் பெண், அருக்காணி அத்தைன்னு சொன்னதும், எனக்கு பால்கார அருக்காணிக்கா முகம் நினைவில் வந்து மனத்தைக் கவ்வியது.

காலைக்கடன்களை முடித்து இருக்கைக்கு வந்தேன். அவள் சன்னல்வழி நகரும் நிலக்காட்சிகளில் லயித்திருந் தாள். கண்களோரம் மினுமினுத்தது. அவளுக்கும் அருக்காணி அத்தை நினைவு வந்திருக்கும் போலிருக்கு. எனது அருகாமையை உணர்ந்ததும், அவள் எழுந்து எனக்கு சன்னலோரம் இருக்க இடம்கொடுத்தாள். "பரவாயில்லம்மா, நீ அங்கேயே உட்காரு."

"இல்லங்க அங்கிள் உங்க இடத்தை நான் ஆக்கிரமிக்கக் கூடாதில்ல!"

“என்னம்மா, நீ என் பாரம்பரியபட்டா இடத்தையா ஆக்கிரமிச்சு அனுபவிக்கப் போறே? நீ இன்னும் ரெண்டு மணிநேரத்தில சென்னையில் இறங்கப்போற; நான் பத்துமணிநேரம் கழிச்சு கம்மத்தில இறங்கப் போறேன். ரெண்டுபேரும் சகபயணிகள் தானே.வாய்த்தநேரத்தில் ஒருவருக்கொருவர் விட்டுக் கொடுக்கிறதில என்ன இருக்கு?”

“அதில்லங்க அங்கிள், நீங்க வயசானவங்க, நெடுந்தூரம் போறவங்க, எதுக்கு உங்களுக்கு தொந்தரவுன்னுதான்.”

அந்தநேரம் டீ, காபி விற்பவன் வந்தான். “பையா, ரெண்டு டீ கொடு.“

“எனக்கு டீ வேணாங்க அங்கிள், நீங்க குடிங்க.”

“சும்மா குடிமா, நீ என்மக மாதிரி, உன்னை பார்க்க வச்சிட்டு குடிக்க மனசு ஒப்பலை. அதனாலதான் உன்னைக் கேட்காமலே, சொல்லிட்டேன். சாரிம்மா, தப்பா நினைச்சுக்காதே.”

“ஐயோ அங்கிள், பெரிய வார்த்தை எல்லாம் சொல்லாதீங்க” என்று கண்களைத் துடைத்துக் கொண்டாள். என்முகத்தை ஊடுருவி எனது சொல்லின் நம்பகத்தை உறுதி செய்து, டீயை வாங்கி அருந்தினாள். முகத்தில் தெளிவு தெரிந்தது. எனக்கும் இதமாக இருந்தது.

“உன் மகனுக்கு ஒருவயசு இருக்குமாம்மா.”

”இல்லங்க அங்கிள், அவுனுக்கு ஒன்றரை வயசு அங்கிள். ஒருவயசு பெர்த்டே கேக்கு வாங்கியாற கரூருக்கு பைக்கில போன அவனோடப்பா ஆக்சிடன்டில இறந்துட்டாருங்க. நானும் அவரும் வேற வேற சாப்ட் வேர் கம்பனியில்தான் வேலை பார்த்தோம். அந்நியந்தாம். ஒரே சாதின்னு, சாதகமெல்லாம் பார்த்து ரெண்டுபக்க

உரம்புறைக பேசி முடிச்சு வச்சாங்க. அவரு என்னை நல்லாதான் பாத்துக்கிட்டார். வெள்ளி, சனி, ஞாயிறு எல்லாம் அவுட்டிங் போய் ஜாலியாவே இருந்தோம். கண்ணாலம் முடிஞ்சு ஒருவருஷம் வரைக்கும் வேலைக்குப் போனேன். அப்புறம் பிரசவத்துக்காக மூணு மாசலீவ் கிடைக்கலன்னு, வேலையை ரிசைன் பண்ணிட்டேன். மகன் பிறந்தான். சந்தோசமாக இருந்தது. திடீர்னு காலம் டெலிட் பட்டனை சொடுக்கி விட்டது. மகிழ்ச்சி என்னும் சொல்லே மறைஞ்சு, எல்லாம் இருண்டு போச்சு.

"ம்ம்ம், எத்தனை நாளைக்குத்தான், ஆயி அப்பன் முகத்தைப் பார்த்து நானும் அழுதிகிட்டு, அவகளையும் அழ வச்சுகிட்டுருக்கிறது? நான் வேலைக்குப் போனா கவலையை மறக்கலாம். பையனோட எதிர்காலத்துக்கும் உதவலாமேன்னு பேசி, ஆயி அப்பனை சம்மதிக்க வச்சேனுங்க. அதான் பழையபடி அதே கம்பனிக்கே வேலைக்குப் போலாமுன்னு எழுதிக் கேட்டேன். வரச்சொல்லி இருக்காங்க; போயிட்டிருக்கேனுங்க அங்கிள்" பாலைவன மணல்குவியலில் மழைக்காற்று உரசியதுபோல் கரகரப்பையும் சிலுசிலுப்பையும் அவளது குரலில் உணர்ந்தேன்.

"பாப்பா, இதோ என் பெயரையும், போன் நம்பரையும் பதிஞ்சுக்கோ, உனக்கு எதாவது உதவி தேவைன்னா பேசு. நான் எங்கே இருந்தாலும், உனக்கு தக்க ஆள் களைக் கொண்டு என்னால உனக்கு உதவ முடியும்" எனது கைப்பேசி எண்ணையும், பெயரையும் பதிந்து கொண்டாள். அவளது எண்ணையும், பெயரையும் எனக்கு தரவில்லை. நான் கேட்கவுமில்லை.

ஏழரை மணிக்கு வரவேண்டிய இரயில், ஒன்பது மணிக்கு காட்பாடிக்குள் நுழைந்தது. வண்டி மதுரையில்

புறப்பட்டதிலிருந்தே ஒன்னரைமணி தாமதமாகப் போய்க் கொண்டிருக்கிறது. டேராடூனிலிருந்து வரும் இணைரயில் தாமதமாக வந்துகொண்டிருப்பதால், மதுரையிலிருந்து புறப்படும் இந்த ரயிலும் தாமதமாகக் கிளம்பும் என்று அறிவித்தார்கள். இதில் என்ன தொழில்நுட்ப தர்க்கமோ தெரியவில்லை. வாராந்திர ரயில்களில் பயணிப்பதில் இதுவொரு சிரமம்; குறிப்பிட்ட நேரத்தில் ஊர் போய்ச்சேர முடியாது. காலாகாலத்தில் திங்கவும், உறங்கவும் இயலா சிரமப்பயணம். மனசைக் கிள்ளியதைப் பேசியதால் வயிறு கிள்ளியதை உணர வில்லை.

"ம்மா, உனக்கு சாப்பிட எதாவது வாங்கி வரவாம்மா?"

"தேங்கஸ்ங்க அங்கிள், நான் இன்னும் ஒருமணி நேரத்தில் பெரம்பூரில் இறங்கிருவேனுங்க. என்ட்ற பிரண்ட் ஒருத்தர் வராரு, அவரோட அங்க சாப்பிட்டுக்கு வேனுங்க அங்கிள்."

நான் வேகமாய் இறங்கி, நடைமேடையில் உணவுப் பொட்டலம் விற்பவரிடம், இட்டலிவடை, பொங்கல் பொட்டலங்கள் வாங்கிவந்தேன். வண்டி நகர்ந்தது. நான் தின்னவேண்டும் என்று அவள் முகம் கழுவப் போனாள். அவளது இங்கிதம், மனதுக்கு இதமாக இருந்தது.

என்னைப் போன்றே எதிர் இருக்கையில் அமர்ந்தவர் களும் வாங்கிய பொட்டலங்களைப் பிரித்தார்கள். பின்னோக்கி ஓடும் சிறுகுன்றுகளையும், மரங்களையும் நோக்கியபடி உணவை விழுங்கினேன். பசிக்கு ருசியேது. பொட்டலக் காகிதங்களை குப்பைத்தொட்டியில் போடப் போனேன். அவள் கதவோரம் நின்று கைப்பேசியில் கலகலப்பாக கதைத்துக் கொண்டிருந்தாள். என்னைக் கண்டதும் அவளது கண்களில் மரியாதை கலந்த நகைப்பு தெரிந்தது. நானும் முறுவலித்து

கைகளைக் கழுவி இருக்கைக்கு வந்து, மாத்திரைகளை விழுங்கினேன்.

அவள் இருக்கையில் வந்து அமர்ந்ததும், அவளது கைப்பேசி முனங்கியது. “என்னம்மா, நான் தின்னுட்டேன். தம்பி பால் குடிச்சானா; பருப்புசோறு ஊட்ணியா. அவன் அழுது ஒட்டாரம் பண்ணலையே! சரிம்மா, இன்னைக்கொரு பொழுது பார்த்துக்கோ, விடியக் காத்தால நல்ல சேதியோடு வந்திருவேன், சரியா. தம்பியை அழுவாமப் பார்த்துக்கோ. அய்யங்கிட்டவும் சொல்லு. தம்பி சத்தம் கேட்குது; வைக்கிறேன்ம்மா” சற்றுமுன் அவள் கைப்பேசியில் பேசிய குதூகலம் இப்போது இல்லை. குரலில் பாசமும், பரிதவிப்புமே தென்பட்டது.

வண்டி திருத்தணி தாண்டியதும், அவள் தனது கைப்பொதியைத் திறந்து, சில துணிகளையும், சிறு கைப்பையையும் எடுத்துக்கொண்டு கழிவறைப்பக்கம் போனாள்.நான் கைப்பேசியில் நடப்பு செய்திகளை மேய்ந்து கொண்டிருந்தேன். வண்டி புறநகருக்குள் நுழைவதால் அதன் வேகம் குறைந்தது. மிகையான வாசனை நுகர்ந்து, நிமிர்ந்தேன். ஜீன்ஸ் லெக்கின்ஸ் பேன்ட்டும், எடுப்பான முழுக்கைசட்டையும், இளநீல நிறத்தில், பித்தானிடாத மேல்கோட்டும் அணிந்த அவள் என்னருகில் அமர்ந்தாள். மாதுளம்பூவின் சிகப்பில் சாயம்பூசிய அவளது உதடு விரிய, வெள்ளரிவிதை பற்கள் ஒளிர புன்னகைத்தாள். நெற்றியில் வெண்டை விதை அளவில் சிகப்பு ஒட்டுப்பொட்டு மிளிர்ந்தது! ‘சற்றுமுன் துயரமுள் போர்த்திய கூட்டுப்புழுத் தோற்றத்தில், என்னுடன் பேசிய இளம்விதவைத் தாயா இப்படி வண்ணச்சிறகை விரித்து நிற்கிறாள்!’ எனது மனவோட்டத்தை உணர்ந்தவள் போல், “அங்கிள், சாப்ட்வேர் தொழிலில் இப்படி மினுக்கினினால் தான் வேலையத் தக்கவைக்க முடியும்ங்க அங்கிள்! இந்த

டிரெஸ் எல்லாம் என்டறவரு ஆசையாய் வாங்கிக் குடுத்தது. நான் அருக்காணி அத்தையில்ல, இதெல்லாம் பரண்ல போட!நான் வாழ்ந்து காட்டணுங்க அங்கிள்!" சொல்லும்போது பளிச்சிட்ட அவளது கண்களில் கணவனோடு அவள் வாழ்ந்த வாழ்வு மின்னி மறைந்தது.

எனது முகத்தில் மகிழ்ச்சியைப் பார்த்ததும், "தேங்க்யூ அங்கிள். ஜாபில ஜாய்ன் பண்ணினதும் கால் பண்ணுறேனுங்க அங்கிள்!" என்று கைப்பொதியைத் தூக்கிக்கொண்டு வாசலை நோக்கி நகர்ந்தாள். பெரம்பூரில் வண்டி நின்றதும், தவளைத் தாவலில் நடைமேடையில் குதித்தாள். அவளுக்கு கையசைத்து வாழ்த்தினேன்.

13. நேர்தல்

"நரசு, பயமா இருக்கு. யாரோ நம்மை பின்தொடர்ந்து வர்றமாதிரி இருக்கு. ஆந்தைகளின் அலறல் நம் வாழ்வின் முடிவுக்கு எதோ சொல்றது போலிருக்கு! குறுக்கும் மருக்குமாய் வவ்வால்கள் கிரீச்சிட்டு பறககிறதைப் பாரு! நரசு, உனக்கு பயமா இல்லையா."

மேகம் மூடிய நட்சத்திரமில்லா இரவில், மங்கிய தெருவிளக்கொளியும், சில்லிட்டு மேனி தழுவும் ஊசிக்காற்றும், சிள் வண்டுகள் நிறுத்தி நிறுத்தி ஒலிக்கும் குழு இரைச்சலும் ஸ்ரீலட்சுமிக்கு அச்சமூட்டின.

"ஸ்ரீ, பயமும், யோசனையும், முடிவெடுப் பதற்கு முன் இருக்கணும்.! முடிவெடுத்த பின் தயக்கத்துக்கும், பயத்துக்கும் இடம் கொடுத்தால், நம்ம தோல்விக்கு நாமலே கதவு திறந்தது போலாகிவிடும்! நான் இதையெல்லாம் நினைச்சுதான் தயங்கி னேன். நீ தைரியமாய் வந்து என் கைகளைப் பற்றினாய்! இப்போது அஞ்சுகிறாய்!

அச்சமே நரகம். தைரியமா திரும்பிப் பார்க்காம நட! திரும்பித் திரும்பிப் பார்த்தால் வழிபோக்கர்கள் கூட சந்தேகப்படுவர். அவர்களே சாட்சியாகவும் மாறலாம்! நம் பஸ் நகர்ந்துவிட்டால் கொஞ்சம் ஆசுவாசப்படுவாய்! பதறாமல் ஒரு பயணி நடப்பதுபோல் முன்னால் நட. நான் சகபயணி போல் நிழலாக பின் தொடருகிறேன்!"

"என் அப்பாவின் ஆட்கள், நமக்குமுன் காரில் போய், ஐதராபாத்தில் நம்மை வழிமறித்து... நடக்கக் கூடாதது நடந்து விட்டால்..."

"'துணிந்தபின் மனமே துயரம் கொள்ளாதே..' என்ற கண்டசாலாவின் பாட்டைக் கேட்டதில்லையா... நாம ஐதராபாத்துக்கு முந்தியே சித்திப்பேட்டையில் இறங்கி வாரங்கல் பஸ்ஸில் போய் விடுவோம்! தைரியமாக இரு!

●●●

"நீ, வேமுலவாடா ஸ்ரீ ராஜ ராஜேஸ்வர ஸ்வாமிக்கு, புருஷனா, பொண்டாட்டியா" செவ்வந்தி பூவே பெண்ணாக உலவும் ஸ்ரீலட்சுமி நக்கலித்தாள்.

ஐந்தாம்பிறை நிலவை தலைகீழாக முகத்தில் பொருத்தியது கணக்கா முக்கால்பகுதி முகத்தில் கருந்தாடி படர்ந்து, வெளிர்மஞ்சள் நிறத்தில் பளிச்சிடும் நெற்றியில், நெடுவிழியாக செந்தூரப் பொட்டு துலங்க, ஈரத்தில் சுடரும் இரு வைரங்களாக கண்கள் ஒளிர, ஆறடி உயரத்தில், வெளிரிய காவி நிறத்தில் பேன்ட் சட்டை அணிந்து நின்றிருந்த இருபத்தெட்டு வயது இளைஞன் நரசய்யா, 'உனக்கு வேற வேலையில்லை' என்பதுபோல் இடப்புறமாக உதட்டை சுழித்து, முறுவலோடு நகர்ந்தான்.

ஸ்ரீலட்சுமியும், நரசய்யாவும் பதினோராம் வகுப்பி லிருந்து ஒன்றாக படித்தவர்கள். ஸ்ரீலட்சுமி அந்த ஊரில், விவசாய இடுபொருள் விற்பனை செய்யும்

பெருவியாபாரியின் மகள். நரசய்யா, கோண்டு பழங் குடியின சிறு விவசாயியின் மகன். இவர்களிருவரும் போட்டி போட்டுக்கொண்டு படித்தனர். நரசய்யா படிப்பில் மட்டுமல்ல, பள்ளி சார்பில் கலந்துகொள்ளும் மாவட்ட, மாநில அளவிலான அனைத்து விளையாட்டுப் போட்டிகளிலும் கோப்பைகளை அள்ளி வந்தான். இதல்லாமல் தசரா திருவிழாவின் போது கோண்டு இனக்குழுவினர் ஆடும் துஸாடி எனும் மயில்தோகைகளை வட்ட அடுக்குகளாக பொதிந்த வட்டத் தொப்பியுடன், வேடன்போல் தோல்பை அணிந்து, கைகம்பு ஏந்தி ஆடும் துஸாடி குழு ஆட்டத்திலும் வல்லவன்.

உறுமிமேளம் ' ட்றும்... ட்றும் ட்றுற்றும் ட்றுறும்' என்று உறும, 'டப.... டப... டம் டம் டப... டப..' என்று சிறுமேளம் முழங்க, குயிலின் கீழ்க்குரலை வாங்கி சிறுகுழல் ஒலிக்க, இந்தக் கூட்டிசையின் லயத்திற்கொப்ப நரசய்யா குழுவினர் தாளம் பிறழாமல் ஆடியபடியே குனிந்து, வலக்கை கம்பை ஒருவருக்கொருவர் மோதி இசைஎழுப்பவும், பின் நிமிர்ந்து, இடைக்கையில் கட்டிய லேஞ்சி துணி அலைபோல மேலெழுந்து, கவியும் தீமைகளை விரட்டுவது போலவும், இதை ஆயிரங்கண் கொண்டு மயில்பீலி கம்பீரமாக பார்ப்பது போலவும் மெய் சிலிர்க்கும் நாடகமாக விரியும் துஸாடி நடனம்! இதில் நரசய்யாவின் இளமையும், உயரத்திற்கேற்ப உடல்வாகும் தனி ஈர்ப்பைத் தரும்! இந்தக்குழு நடனத்தின் சிறப்பை கண்ணுற்ற பழங்குடியின வளர்ச்சித்திட்ட அலுவலர், இவர்களை டெல்லியில் நடந்த குடியரசுதின அணிவகுப்பில் தெலுங்கானா மாநிலத்தின் சார்பாக இடம்பெறச் செய்தார். அங்கு இந்தக் குழுநடனம் பெரும் வரவேற்பையும், புகழையும் பெற்றுத் தந்தது.

படிப்பில் போட்டியாகக் கருதிய ஸ்ரீலட்சுமி, நரசய்யாவின் பன்முகத்திறன் கண்டு, எதிர்நிலையிலிருந்து,

நேசம் பாராட்டத் தொடங்கினாள். பனிரெண்டாவது தேர்வு எழுதும்முன், ஒருநாள் கழுத்தில் உத்திராட்சை கோர்த்த துளசிமாலை அணிந்து, நெற்றியில் செந்தூரப் பொட்டும், மக்காசோளக் கதிரில் கிளர்ந்தசையும் செம்பழுப்பு இழைகள் போல கன்னக் கதுப்புகளில் பூனைமயிர் சிலிர்க்க முகத்தில் புன்னகை தவழ வகுப்பிற்கு வந்திருந்தான். "இதென்ன வயசிற்கு மீறிய கோலம்! "என்று கேலி சிரிப்பை ஸ்ரீலட்சுமி வீசினாள்.

"எங்க பெரியக்காவுக்கு மாப்பிளை குதிர்ந்து கல்யாணம் நடந்தால், வேமுலவாடா ஸ்ரீராஜராஜேஷ்வர ஸ்வாமியை சிவகல்யாணம் செய்துகொள்வதாக என்னை எங்க அம்மாவும், அப்பாவும் நேர்ந்துகொள்ளச் சொன்னார்கள். அக்காவுக்கு நேற்று ராத்திரி கல்யாணம் ஆயிருச்சு, வரும் ராமநவமி அன்னிக்கு வேமுலவாடா கோவிலுக்குப் போயி, சாமி முன்னால திரிசூலம் ஏந்தி, மாலை சூடி திருக்கல்யாணம் செஞ்சுக்கணும். அதுக்காக இப்போ விரதமிருக்கிறேன்" நரசய்யாவின் பதிலில் ஸ்ரீலட்சுமியின் முகத்தில் கொப்பளித்த கேலி உதிர்ந்தது! அவளது மனதுக்குள் அவன்மீது மதிப்பை உயர்த்தியது!

நரசய்யாவுக்கு ரெண்டு அக்காமார், ரெண்டு தங்கைமார். முன்பெல்லாம அவர்களது இனக்குழுவுக்குள் வரதட்சணை கொடுக்கும் முறை இல்லை. ஆண்கள் தான் பெண்ணுக்கு சீர்கொடுத்து மணம் முடிப்பார்கள். படிப்பும், சினிமாவும், டிவியும், நாகரீகமும் பெருகியதிலிருந்து பத்து துலாம், இருபது துலாம் என்று தங்க நகையும், மாப்பிள்ளைக்கு தனியாக இருபதாயிரம், முப்பதாயிரம் பணமும் கேட்கத் தொடங்கி விட்டனர். ஒரு துலாம் என்பது பத்துகிராம் தங்கம்.

அடிலாபாத் மாவட்டத்தில், வானம் பார்த்த காட்டு விவசாயம் செய்யும் பழங்குடி இனத்தைச் சேர்ந்த நரசய்யா குடும்பத்துக்கு விவசாயத்தை தவிர வேறு

வருமானமில்லை. வனக்குன்றுகளின் சரிவுகளை அடுக்கடுக்காக வெட்டி பண்படுத்தப்பட்ட நிலத்தை உழுது போடுவர். இது அணில் உடலில் கோடுகள் இருப்பதுபோல் குன்றின் சரிவில் பண்படுத்திய அடுக்கடுக்கான நிலத்தின் மீது உழுது கோடுகள் போட்டது போல தூர இருந்து பார்க்கவே பரவசமாக இருக்கும். ஆடியில் ஒருமழை விழுந்ததும் சோளம், கம்பு, ராகி போன்ற சிறு தானியங்களை விதைப்பர். அடுத்தடுத்து விழும் மழை புண்ணியத்தில் பயிர் விளைந்து உயிர்காக்கும்.

குன்றின் சாரலின் வழியோடித் தேங்கும் மழைநீரை சிறு சிறு குளமாகத் தேக்கி வைத்துக் கொள்வர். இந்த குளத்து நீர்தான் இவர்களுக்கு, குடிக்க, குளிக்க உதவும். மிகைநீர் பகுதியில் சிறுசிறு குண்டுகளில் நெல் விதைப்பதுமுண்டு. விளைவதில் உணவுக்குப் போக, மிஞ்சியதை விற்று வாழ்கைப்பாட்டுக்கு வைத்துக் கொள்வர். இந்த விவசாய வருமான வரம்புக்குள் குடும்பத்தை கரை சேர்க்க, வானத்தையும், கடவுளையும் தான் நம்பவும், கொண்டாடவும் வேண்டியதிருக்கிறது.

இவர்கள் முதலாண்டு பட்டப்படிப்பு படிக்கையில், இரண்டாவது அக்காவுக்கு பத்து துலாம் நகையும், பத்தாயிரம் ரூபாயும் கொடுத்து மணமுடித்தனர். மூன்றாமாண்டு படிக்கையில் மூத்த தங்கைக்கு பதினைந்து துலாம் நகையும், பதினைந்தாயிரம் ரூபாயும் தந்து மணமுடித்தனர். இப்போது பட்டப்படிப்பை முடித்து நரசய்யா, உட்னூரில் பழங்குடியினர் வளர்ச்சி திட்ட அலுவலர் அலுவலகத்தில் நிர்வாகப்பிரிவு உதவியாளராக பணியாற்றுகிறான். ஸ்ரீலட்சுமி உட்னூர் பஞ்சாயத்து அலுவலகத்தில் இளநிலை உதவியாளராகப் வேலை செய்கிறாள். இருவரது அலுவலகங்களும் அருகருகில் இருக்கின்றன. அலுவலகத்திற்கு வரும்போது, போகும்போது புன்னகையை பரிமாறிக் கொள்வார்கள்.

நரசய்யாவின் அலுவலகத்தில் பழங்குடியினர் திட்டங்கள் தொடர்பாக மாதாந்திர ஆய்வுக்கூட்டங்கள் நடைபெறும். அப்போது பஞ்சாயத்து நிர்வாக அலுவலருடன், ஸ்ரீலட்சுமி வருவாள். ஆய்வுக்கூட்டத்திற்கு முந்தியோ, பிந்தியோ ஸ்ரீலட்சுமி, நரசய்யாவை சந்தித்து, குடும்பநலன் விசாரிக்கும் சாக்கில் நரசய்யாவுடன் பேசுவாள். இப்படியான நேர்வில்தான் உத்திராட்சைக் கோலத்தில் இருக்கும் நரசய்யாவை வம்பபிக்கிழுத்தாள்.

உனக்கு வேறவேலை இல்லை என்ற பாவனையில் உதட்டை சுழித்துப் போனவனை வழி மறித்தாள். "நரசய்யா, நான் கேலி பண்ணவில்லை. மெய்யாகவே கேட்கிறேன். நீ, உன் தங்கை கல்யாணம் குதிர்ந்ததற்காக சிவ கல்யாணத்திற்கு நேர்ந்து கொள்வது போல், நானும் நேர்ந்து கொள்ளணும், அதற்கான வழிமுறைகளைக் கேட்கிறேன்; சொல்லுவியா ப்ளீஸ்."

"உங்க வீட்டில் உன் அண்ணனுக்கு கல்யாணம் முடிந்து ரெம்பக்காலம் ஆகிருச்சே; வேற யாருக்கு உங்கவீட்டில கல்யாணம் குதிர்ந்திருக்கு? உனக்கா!"

"ஆம், கண்டுபிடிச்சிட்டியே; எனக்குதான்!"

"அப்படியா, சந்தோஷம். வாழ்த்துகள் மாப்பிளை யாரு? எந்தவூரு, அவரு என்ன வேலை செய்கிறார்? உன்னை கட்டிக்கிறவரு பெரும் அதிர்ஷ்டசாலியாக இருப்பார்!"

"அவரு இந்தவூரு தான்! உனக்கும்கூட அவரைத் தெரியும்! உனக்கு அவரைக் காட்டுறேன்"

"அப்படியா, உங்க சாதியில் நம்மூரில் உனக்கேத்த ஆளு இல்லையே..."

"இருக்காங்க. அதோபார்!" நரசய்யா சுற்றிலும் பார்த்தான். அது கண்ணாடி அடைப்பு கொண்ட

கணினி அறை. அங்கே இவர்கள் இருவரைத் தவிர வேற ஆளில்லை.

“ஸ்ரீ, விளையாடாதே இங்க நம்மளைத் தவிர வேற எவருமில்லையே! அது யாரு?”

“அங்க பாரு, நரசு, அவரு நிற்கிறது தெரியலையா” என்று கண்ணாடித் தடுப்பில் நரசய்யாவின் பிம்பத்தைக் காட்டினாள்.

“ஸ்ரீ, எப்பவும் என்னோடு விளையாட்டுதானா? என்னை வம்புக்கிழுக்காதே; நீயோ, செல்வாக்குள்ள உயர்சாதி குடும்பத்தவள்; நான் ஆதிவாசியினத்தைச் சேர்ந்தவன். நமது சமூக அந்தஸ்து மலைக்கும் மடுவுக்கும் இடையிலானது. நாம் கல்யாணம் பண்ணிக்கொள்வது சாத்தியமில்லை. இது இரு குடும்பத்துக்கும் இடையே மட்டுமல்ல இரு சமூகத்திற்குமிடையேயும் பகையை வளர்க்கும். வேண்டாம் உன் ஆசையை புதைத்துவிடு.”

“நரசு, உன்னை நினைத்துதான் எனக்கு கல்யாண ஏற்பாடு நடக்கும் போதெல்லாம் தட்டிக் கழித்து வந்தேன். உனது அக்கா, தங்கைகள் கல்யாணம் முடியட்டுமுனு காத்திருந்தேன். உனதுடன் பிறந்த நால் வருக்கும் கல்யாணம் ஆகிவிட்டது. நம் கல்யாணத்துக்காக அந்த ராஜராஜேஸ்வரசுவாமிக்கு நேர்ந்துக்கிறேன். சம்மதமுன்னு சொல்லு. அந்த வேமுலவாடா சந்நிதியில் நாம கல்யாணம் பண்ணிக்குவோம். நாம முதிர்ச்சி யடைந்தவர்கள் நம்மை யாரும் தடுக்க முடியாது. நமக்குள் பொருந்தாதுன்னு நினைக்காதே. நான் லட்சுமி, நீ நரசிம்மன்; லட்சுமி நரசிம்மரைக் கும்பிடும் எங்கள் வீட்டார் நம்மை எதிர்க்க மாட்டார்கள். உன்னைப் போல் ஆளுமைமிக்க ஒரு மருமகன் கிடைக்க அவர்கள் புண்ணியம் செய்திருக்க வேண்டும்! உன்னை கல்யாணம் செய்ததும், உன்னை உங்க குடும்பத்திலிருந்து பிரிச்சிட மாட்டேன். உன்னை பெத்தவங்களையும், சொந்தங்

களையும் அன்பால் மேம்படுத்துவேன்.”

“ஐயோ ஸ்ரீ, தயவுசெய்து நீ என்னை புரிந்துகொள். பெயர் பொருத்தம் வேற, சமூகப் பொருத்தம் வேற! புராணம் வேற, எதார்த்தம் வேற! உங்க சமூக மக்கள் அவ்வளவு எளிதாக தங்கள் சாதிய கௌரவத்தை விட்டுவிட மாட்டார்கள். இதெல்லாம் உணர்ந்துதான், நீ நெருங்கி வரும்போதெல்லாம் நான் விலகி விலகிச் சென்றேன். நான் இந்த அலுவலகத்தில் வேலை பார்த்துகொண்டே ஐஏஎஸ் தேர்வுக்கு தயாராகிக் கொண்டிருக்கிறேன். தயவுசெய்து என் லட்சியத்தில் குறுக்கே நிற்காமல் உதவியாக இரு! மலைச்சரிவில் வீழ்ந்துகிடக்கும் எங்க சனங்களை நிமிர்ந்து நடக்க என்னை நேர்ந்துகிட்டேன்.. தயவுசெய்து விலகிநின்று எனக்கு உதவு!”

“சந்தோஷம்! நரசு, என்னையும் உன்னோடு இணைத்துக் கொள். நாம் இணைந்து படித்து வெற்றி பெறுவோம். உன்னை சிரமப்படுத்தமாட்டேன். உன்னோடு இணைந்து பயணிக்க அனுமதி கொடு! “என்று அவனது கைகளைப் பற்றினாள்.

திட்ட அலுவலர் தனது அறையிலிருந்த கண்காணிப்புக் காமிரா திரையில் இவர்களைக் கவனித்தபடி இருந்தார். ஸ்ரீலட்சுமி, நரசய்யாவின் கைகளைப் பற்றியதும், அவன் உதறி வெளியே வருவதையும், அவளது விரக்தி முகத்தையும் கவனித்தார். புரிந்து கொண்டார். உதவி யாளர் மூலம் அவர்களை வரவழைத்தார். அவர்கள் அதிர்ந்து நடுங்கினர்.

“நீங்கள் இருவரும் விரும்புவதும், சமூகச் சூழலுக்கு அஞ்சுவதும் அறிந்தேன். நீங்கள் இருவரும் இணைந்து, மனதில் வரித்த இலட்சியம் வெல்வதில் உறுதியாக இருக்கும் பட்சத்தில் நான் உங்களுக்கு உதவுவேன். நரசய்யா ஒருவருஷம் படிப்பதற்காக அரைச்சம்பள

விடுப்புக்கு அனுமதிக்கிறேன். இதற்கிடையில் இரண்டொரு மாதத்தில் உனக்கும் ஸ்ரீலட்சுமிக்கு வேறு மாவட்டத்திற்கு இடப்பெயர்வும் பெற்றுத் தருகிறேன். அங்கு பாதுகாப்பு தரவும் ஆவன செய்கிறேன்.”

நரசய்யா, “சார், எங்கள் மீது காட்டும் அன்புக்கு நன்றி. ஆனால் நாங்கள் வெளியே போனப்புறம், எனது அப்பாவி குடும்பத்தினருக்கு எந்தக் கெடுதலும் நேராதென்று உத்தரவாதம் நீங்க கொடுத்தால் நாங்க ஒத்துக்கிறோம்.!”

ஸ்ரீலட்சுமி; “சார், எனது அபிப்பிராயம், என்னவென்றால், நான் எனது பணியிலிருந்து விலகல் கடிதம் கொடுத்துவிட்டு வீட்டில் இருக்கிறேன். இவருக்கு இடப்பெயர்வு கிடைத்து இவர் வெளியேறும்போது என் வீட்டிற்குத் தெரியாமல் ரகசியமாக அவரோடு செல்கிறேன். எனக்கு இடப்பெயர்வு என்றால் அந்த ஊருக்கு என் பெற்றோர் தேடிவந்து தொல்லை தருவாங்க இல்லையா! அதைத் தவிர்க்கத்தான், இந்த யோசனை! ”

“சபாஷ், ஸ்ரீலட்சுமி, நல்ல யோசனை! நீ முதலில் பதவி விலகு; பின் ஆறுமாதக் காலத்துக்குள் உன் பதவிவிலகலை மறுபரிசீலனை செய்வதாக விண்ணப்பித்து பணியில் சேர்ந்து கொள்ளலாம்! இதற்கிடையில் நரசய்யாவுக்கு ஐஏஎஸ் தேர்ச்சி முடிவும் வந்துவிடும்! கலக்டர் மாப்பிள்ளை என்றால் ஆதிவாசி சாதியெல்லாம் மறைந்துவிடும் அல்லவா!”

நிழல்விழாத இருளின் ஊடே இருவரும் பேருந்து நிலையத்தை நெருங்கிக் கொண்டிருந்தனர்.

14. பார்வை ஒன்றே போதுமோ...?

சென்னை எழும்பூர் ரயில்நிலையத்துக்கு எதிரே, காலை ஒன்பதுமணி. நகரப் பேருந்துக்கு காத்திருந்தேன். எனக்கு முன்பாக, சந்தன நிறத்தில் கோட்டு சூட்டு அணிந்து நின்றவர், "ஏங்க '17டி' வண்டி வந்தா சொல்லுங்க, ப்ளீஸ்" என்றார்.

அருகிலிருந்தவர், அவரது முகத்தை மேலும் கீழும் பார்த்தவர், சார், என் வண்டி வந்திருச்சு, நான் வர்றேன்னு, வந்துநின்ற பேருந்தில் தொற்றிக் கொண்டார். கேட்டவர் காது துடித்தது. நான் முன்னே சென்று, கோட்டு சூட்டணிந்த அவரைப் பார்த்தேன். அவரது முகம் சாலையை நோக்கியிருந்தது. மூடிய இமைகளின் ஊடே ஒருநகக் கனத்தளவே விழி தெரிந்தது. அவரது பார்வை குறைபாட்டைப் புரிந்து கொண்டேன். எனது நகர்வின் அசைவை உணர்ந்தவர், "யார் அது?" காதுகளை விரித்து என்னை நோக்கித் திரும்பினார்.

“சார், நானும் ‘17-டி’க்குத்தான் காத்திருக்கிறேன். வந்ததும் சொல்றேன். நீங்க எங்கே இறங்கனும்.”

“நான் காலேஜ் ரோடு, டிபிஓ வளாகம், சம்பத்பில்டிங் சார்.”

“சார், நானும் கல்லூரிகல்வி இயக்குனர் அலுவலகத் திற்குத்தான் ஒரு வேலையா போறேன். ரெண்டு பேரும் சேர்ந்தே போகலாம்.”

“அப்படியா ரொம்ப மகிழ்ச்சி. பருத்தி, பேன்ட்டா காச்ச மாதிரி! தமிழ் விரிவுரையாளர் பணிக்கு சான்றிதழ் சரிபார்ப்புக்கு அழைத்துள்ளார்கள். உங்களுக்குமா” என்றார். ஆமென்றேன். பிறகு இருவரும் ஒருவரை யொருவர் அறிமுகப்படுத்திக் கொண்டோம். அவரது பெயர் இராஜதுரை என்றார். பேருந்து வந்ததும், அவரைக் கவனமாக ஏறச்செய்து, ஒரு இருக்கை தேடி உட்காரவைத்து, அவரருகில் நின்றேன்.

“சார், எனக்கு பாஸ் இருக்கு, டிக்கட் எடுத்துறாதீதிக” என்றார். எனக்குமட்டும் டிக்கட் எடுக்க பணம் கொடுத்தேன். அவரது உடையைப் பார்த்ததும், அவரை பார்வை குறைந்தவர் என்று யாரும் மதிப்பிடமுடியாது. எனக்கு பலகாலம் வியப்பூட்டும் கேள்வி, பெரும்பாலான பார்வைக்குறைபாடு உள்ளவர்கள், அவர்களது சூழலை மீறி, பளிச்சுன்னு கவருவதுபோல் நவீனமா உடுத்து கிறார்கள். இவர்களுக்கு, இன்ன நிறத்தில், இப்படி தைத்துப் போடவேண்டும் என்ற தேர்ந்த ரசனை எப்படி வந்தது! கண்பார்வை உள்ள நாம் இப்படி மெனக்கிடுவ தில்லை. சூழ்நிலைக்குத் தக்கபடி ஓரளவு நன்றாக உடுத்துகிறோம், அவ்வளவுதான் . இவர்கள் அளவுக்கு நாம் மெனக்கிடுவதில்லை. ”காலேஜ் ரோடு இறங்குங்க” என்று நடத்துனர் குரல் கேட்டு, இராஜதுரையை அழைத்துக் கொண்டு மெல்ல இறங்கினேன்.

"சார், இந்த டீக்கடையில் டீ குடிச்சிட்டுப் போயிரு வோமா" எனக்கு ஆச்சர்யமாக இருந்தது. என் கண்களுக்குப் புலப்படாத டீக்கடை இவருக்கு எப்படித் தெரிந்தது. ஓ, டீ வாசனையைக் கொண்டு உணர்ந் திருப்பாரோ! சரியென்று அவரை நடைபாதை கடைக்கு அழைத்துப் போனேன். "சார், என் கையைப் பிடித்துக் கொண்டு நடக்காதீங்க. எனக்கு முன்னால் மெதுவா நடங்க." என்றபடி பாக்கட்டிலிருந்து கருப்புக் கண்ணாடி எடுத்து அணிந்தார். நான் வாங்கித் தந்த டீயை அருந்தினார்.

"சார், பஸ்சுக்குத்தவிர, எனக்கு நீங்க செலவு பண்ணுற தொகையை மறுக்காம தயவுசெஞ்சு வாங்கிக்கிறணும் சரியா." அவர் சொல்வது சரியானது என்றாலும், எனக்கு ஒப்பவில்லை. பேச்சை திசை திருப்ப, "துரைசார், இந்தடிரஸ் உங்களுக்கு ரெம்ப பொருத்தமா இருக்கு சார்!" "நன்றி சார். இது திருச்சியிலுள்ள எங்க பார்வைத் திறனாளர் சங்கத்தினர் வாங்கி தச்சுக் கொடுத்தனர். தம்மில் ஒருத்தன் காலேஜ் வாத்தியாராகிறது அவுகளுக்கு மட்டில்லா சந்தோசம். இந்த நன்றிக்கடனை நான் வாழ்நாள் உள்ளவரை செலுத்தணும்" பேசிக்கொண்டே இயக்கக அலுவலக மின்தூக்கி அருகே வந்துவிட்டோம்.

இரண்டு மின்தூக்கிகள் இருந்தன. ஒன்றில் ஒற்றை இலக்க எண்ணுள்ள தளங்களுக்கும், இன்னொன்று, இரட்டை இலக்க தளங்களுக்கும் கொண்டுசெல்லும். நாங்கள் ஏழாவது தளத்திற்கு செல்லணும். ஒற்றை இலக்க மின்தூக்கி பழுதுபட்டிருந்தது. ஆகவே இரட்டை இலக்க மின்தூக்கியில் ஆறாவதுதளம் சென்று, அங்கிருந்து ஏழாவதுதளத்துக்கு படிகளில் நடந்து செல்லவேண்டும். எங்களுக்கு சான்றிதழ் சரிபார்ப்பு நேரம் பதினோருமணி தான். இன்னும் அரைமணி இருந்தது. காத்திருந்து சற்று கூட்டம் குறையவும் மின்தூக்கியில் சென்று, ஆறாவது தளத்தில் இறங்கினோம்.

உருமாற்றம் 127

ஏழாவது தளத்துக்குகான படிகளில் ஏறத்தொடங்கி னோம். துரை முன்னால் நடக்க, அவரைத் தொடர்ந்து நடக்கணும் என்று பேச்சு. அவர் ஒவ்வொரு படியாக ஏற அவர் தடுமாறி பின்னால் விழுந்துவிடக் கூடாதென்று பின்தொடர்ந்தேன். "ஆர்வி சார், நான் நிற்கிற பதினோறாவது படி பத்தாவது படியைவிடக் கொஞ்சம் அகலம் குறையா இருக்கு. உங்க நீளமானபாதம் தடுமாறிறாம கவனமா வாங்க" என்றார். நான் அதிர்ந்து அவர் கடக்கும் பதினோறாவதுபடியை கவனித்தேன். அவரது கருப்புஷூவில் எனது நிழல் தெரிந்தது. பத்தாவது படியைவிட பதினோறாவதுபடி ஓரங்குலம் அகலம் குறைவாக இருந்தது. மேலிருந்து கீழே இறங்கியவர் ஒருவர், பதினோறாவது படியில் தடுமாறி, இடப்பக்க மரக்கைப்பிடியை பற்றி சமாளித்து பத்தாவது படியில் கால் வைத்தார். இராஜதுரை ஒவ்வொரு நகர்வையும் அளந்தே வைக்கிறார். நாம் அப்படியில்லையே! அவரது பேச்சும்கூட பரபரப்பில்லாமல், ஒவ்வொரு சொல்லும் அழுத்தம் திருத்தமாக வெளிப்படுகிறது.

ஏழாவது தளத்தில், சான்றிதழ் சரிபார்ப்பு பொறுப்பி லிருந்த துணை இயக்குநரிடம் எங்கள் வருகையை தெரிவித்து துண்டுச்சீட்டுகளைக் கொடுத்தேன். அகர வரிசைப்படி இராஜதுரை முன்னால் அழைக்கபட்டார். அவர் பதட்டமில்லாமல் உள்ளே சென்று தனது கல்விச் சான்றுகளையும், உடற்தகுதி சான்றினையும் காட்டி, துணை இயக்குநரின் ஒப்புதல் சான்றைப் பெற்று வெளியேவந்தார். பின்னர் எனது பெயர் அழைக்கப் பட்டதும் பரபரப்போடு நான் உள்ளேபோய் எனது கல்விச் சான்றுகளையும் காட்டி, அவர் கேட்கும் கேள்விகளுக்கு பதில் தந்து வெளியே வந்தேன். உங்களுக்கு மதுரை மண்டலத்தில் உள்ள கல்லூரிகளுக்கு ஒதுக்கீடு செய்யப்பட்டுள்ளது. எந்தக் கல்லூரி என்ற விவரத்துடன் உங்களுக்கு ஒருவாரத்தில் உங்கள் முகவரிக்கு கடிதம் வருமென்றனர். நன்றி கூறி வெளியேறினோம்.

1992 இல் கைப்பேசிகள் அறிமுகமில்லை. பேருந்து நிறுத்தம் அருகே இருந்த மாற்றுத்திறனாளி தொலைப் பேசிக்குடிலில் ஒரு ரூபாய் நாணயமிட்டு, இராஜதுரை எண்களைச் சுழற்றி, சென்னையில் உள்ள பார்வையற் றோர் மறுவாழ்வு சங்கத்திற்கு பேசினார், தன்னை அறிமுகப் படுத்திக்கொண்டு, தான் சங்க அலுவலகத்திற்கு வர, பேருந்துஎண், மற்றும் உத்தேச ஆட்டோவாடகை விவரங்களைக் கேட்டறிந்தார். பின் இருவரும் பேரிஸ் பேருந்து நிலையத்திற்கு போனோம். அவர் இரவுரயிலுக்கு முன்பதிவு செய்திருந்தார். இருவரும் அருகிருந்த சரவணபவனில் உண்டோம். அவரை சந்தித்தது, பணியாணை பெறப்போவது என்ற இரட்டை சந்தோசங் களைக் கொண்டாட, நான்தான் உணவுக்கு பணம் கொடுப்பேன் என்பதை சம்மதிக்கவைத்தே அழைத்துப் போனேன்.

“உணவுக்காக யாரிடமும் எதிர்பார்க்கக்கூடாது என்ற எனது வைராக்கியத்தை உங்கள் அன்பால் தகர்த்துட்டீங் களே ஆர்வி சார்” என்று இருமுறை புலம்பினார். “சாப்பாடு ருசியா இருக்குது, உங்க அன்பைப் போலவே ” என்றவரிடம் எனது முகவரியை எழுதிக்கொடுத்து, அவரது முகவரியை கேட்டு எழுதிக்கொண்டேன். இருவரும், பரஸ்பரம், நன்றியையும், வாழ்த்துகளையும் கூறி, அவருக்கான நகரப்பேருந்தில் ஏற்றிவிட்டபின், திருவள்ளூவரில் திருச்சிக்குப் புறப்பட்டேன்.

பிப்ரவரி பதினாறாம் தேதி காரைக்குடி அழகப்பா அரசு கலைக்கல்லூரி தமிழ்த்துறையில் பணியாற்ற பணியாணை கடிதம் வந்தது. அதே கடிதத்தில் இராஜதுரை உள்ளிட்ட இன்னும் இருவருக்கு வேறுவேறு துறைகளுக்கு ஒதுக்கீடு செய்யபட்ட விவரமும் இருந்தது. நான் மகிழ்வோடு இராஜதுரைக்கு எழுதி இருவரும் பிப்ரவரி 16 காலை எட்டு மணிக்கு புதுக்கோட்டை பேருந்து நிலையத்தில் காரைக்குடி செல்லும் பேருந்து

நிற்குமிடத்தில் சந்திப்பது என்று தெரிவித்தேன். அவரும் ஒத்துக்கொண்டு மகிழ்வோடு தந்தி அனுப்பியிருந்தார்.

நான் எட்டுமணிக்கு புதுக்கோட்டை பேருந்து நிலையத்தில் காத்திருந்தேன். அவரும் சரியாக அதே நேரத்தில் திருச்சியிலிருந்து அறந்தாங்கி செல்லும் பேருந்தி லிருந்து இறங்கினார். சாம்பல்நிற ரேமான்ட் துணியில் கோட்டு சூட்டணிந்து கருப்புக்கண்ணாடி அணிந்திருந் தார். அவரது கருப்புஷூ வெயிலுக்கு ஒளிர்ந்தது. நான் அவரைக் கண்டு, அருகில் சென்று, பெயர் சொல்லி அழைக்குமுன்னரே, எனதுடல் மணத்தை நுகர்ந்து, “வாங்க ஆர்வி சார், காலை வணக்கமும், வாழ்த்துகளும்” என்றார். நான் ஆச்சரியம் நீங்காமலே, உங்களுக்கும், “வணக்கமும் வாழ்த்துகளும்” என்றேன்.

“சார், கண்டதும் காதல் கொண்டேன் என்று சொல்றாங்களே, ஏன்னு தெரியுமா. ஆணும், பெண்ணும் ஒருவரை ஒருவர் சந்திக்கும் முதல்பார்வையிலே, அவரவரது வியர்வைமணம் ஈர்த்துவிடுவதால், ஒருவருக்கொருவர் நம்பத்தகுந்தவர் என்று பழகத் தொடங்குகிறார்கள். ஒருவேளை நம்மில் யாரவது ஒருவர் பெண்ணாக இருந்திருந்தால் காதலில் விழுந்திருப் போம். ஆண்களாக இருப்பதால் முதல்நாளிலேயே நெருங்கிய நண்பர்களாகிவிட்டோம். நம் எண்ணம் போலவே இருவருக்கும் ஒரே கல்லூரியில் வேலையும் கிடைத்துவிட்டது. ஒரேதுறையில் வேலை பார்க்கப் போகிறோம். என்னால் உங்களுக்கு சிரமம் இருக்கலாம். ஆனால், பாரதியின் கண்ணன் போல் உங்களால் எனக்கு அநேக நன்மை!” ரொம்பப் புகழாதீங்க துரை சார் என்றேன். இருவரும் பேசிக்கொண்டே பேருந்து நிறுத்தத்திற்கு வெளியே உணவகத்திற்குள் சென்றோம்.

துரை சார் நீங்க என்ன சாப்பிடுறீக என்றேன். “சார் எனக்கு நீங்க ரெண்டு உதவி பண்ணனும். ஒண்ணு,

இன்னைக்கு திங்கிறதுக்கு நான்தான் காசு கொடுப்பேன். ரெண்டாவது, நீங்க இனிமேல் என்னை இராஜதுரைன்னு முழுப்பேர் சொல்லியே கூப்பிடணும். நீங்க கூப்பிட்டா இந்தப் புதுஇடத்தில எல்லாரும் முழுப்பேரு சொல்லியே கூப்பிடுவாங்க. தரித்திரத்தில் பிறந்து தரித்திரத்தில் வளர்ந்தோம்; பேரிலாவது 'இராஜ' இருக்கட்டுமே! சரி, திங்கிறதுக்கு வருவோம். உங்களுக்கு பிடிச்சதைச் சொல்லுங்க; உங்களுக்கு பிடிச்சது நிச்சயமா எனக்கும் பிடிக்கும்" இருவரும் உண்டோம். உண்டதுக்கு அவரே பணமும், பரிமாறுநருக்கு பத்துரூபாய் மகிழ்வூட்டும் கொடுத்தார்.

காரைக்குடிக்கு பேருந்து தயாராக இருந்தது. ஏறி னோம். வண்டி புறப்பட்டதும் இளங்காற்றின் தாலாட்டும், அதிகாலையில் எழுந்த அயர்ச்சியும், உண்ட பொங்கல் வடையும் கண்களை இழுத்து மூடியது. இராஜதுரையின் மென்குரட்டை கேட்டதும் நானும் அயர்ந்தேன். கோட்டையூர் இறங்குறவங்க முன்னால வாங்க என்ற நடத்துநர் குரல் கேட்டு விழித்தேன். அவரை எழுப்பி அடுத்து வரும் ஸ்ரீராம்நகர் நிறுத்தத்தில் இறங்கி, ஆட்டோ பிடித்து கல்லூரிக்குள் போனோம்.

கல்லூரி சோலைவனம் போல இருந்தது. ஆட்டோக் காரர் இதுதான் அழகப்பசெட்டியார் சமாதி என்று காட்டினார். அந்தப்பக்கம் மரியாதையோடு திரும்பி னோம். சமாதியிலிருந்து வந்து தழுவிய காற்று சிலிர்க்க வைத்தது. முதல்வர் அலுவலக அறை முன் வண்டி நின்றது. இராஜதுரை தனது பாக்கட்டிலிருந்த கடி காரத்தை தடவி, "சார், மணி பத்தே கால் ஆகுது. காலேஜ் பசங்க சத்தமே இல்லாம இருக்குதே.நாம சரியான இடத்துக்குதான் வந்திருக்குமோ?"

"ஆமாம், சார், வளாகத்தில் பையன்க நடமாட்டம் காணோம். ஆனால் பையன்க சைக்கிள்க, ஸ்டாப்க

உருமாற்றம் 131

பைக்குக நிற்கிது. அமைதியான காலேஜா இருக்கு". அங்கிருந்த ஊழியரிடம் கல்லூரி முதல்வர் அறையைக் காட்டச் சொன்னோம். அவர் முதல்வர் அறைக்குள் அழைத்துச் சென்றார். முதல்வரைப் பார்த்து நான் வணக்கம் சொல்லவும், இராஜதுரையும் கைகூப்பி வணக்கம் சொன்னார். முதல்வரும் வணக்கம் சொல்லி எங்களை இருக்கையில் அமரச்சொன்னார். நாங்கள் இருவரும் எங்களை அறிமுகப்படுத்திக்கொண்டு பணியாணையைக் காட்டினோம். முதல்வர் எங்களுக்கு வாழ்த்து சொன்னார். அலுவலகக் கண்காணிப்பாளரை வரவழைத்து, எங்களுக்கு பணியில் சேர ஆவன செய்யப் பணித்தார். முதல்நாள், தமிழ்த்துறைத் தலைவர், உள்ளிட்ட சக விரிவுரையாளர்களுடன் அளவளாவலில் மகிழ்வாகக் கரைந்தது.

மறுநாள், எனக்கு எம்ஏ முதலாமாண்டு மாணவருக்கான முதல்மணிவகுப்பு ஒதுக்கபட்டிருந்தது. என்னுடன் தமிழ்த் துறைத்தலைவர் வந்து, மாணவர்களை அறிமுகப் படுத்தி விட்டுச் சென்றார். முதிர்ந்த மாணவர்கள், எனது அறிமுகத்துடன் நவீன சிறுகதைகள் குறித்த வகுப்பை நன்கு கவனித்தனர். இராஜதுரைக்கு பிஏ இரண்டாமாண்டு தமிழிலக்கிய மாணவர்களுக்கான, இரண்டாம்மணி வகுப்பு ஒதுக்கபட்டிருந்தது. துறைத்தலைவர் வந்து, இராஜதுரையை அறிமுகப்படுத்தி விட்டு, என்னிடம் இரகசியமாக, பின்னாலிருந்து மாணவர்களின் ஒத்துழைப்பை ஆற்றுப்படுத்தச் சொல்லிச் சென்றார். நான் இராஜதுரைக்குத் தெரியாமல் சன்னலருகே நின்று கவனித்தேன்.

இராஜதுரை, "மாணவச் செல்வங்களுக்கு வணக்கம். நானும் உங்களைப்போன்ற சாதாரண தமிழ் மாணவன். நேற்றுவரை நீங்கள் இருந்த இடத்திலிருந்து இன்று இந்த இடத்திற்கு நான் வந்திருக்கிறேன். நாளை நீங்களும் என் இடத்திற்கு வரவேண்டும் என்ற விழைவோடு வாழ்த்தி

தொடங்குகிறேன். என்னைப்பற்றி நானே அறிமுகம் செய்வதினும், நீங்களே புரிந்துகொள்வீர்கள்."

"ஏம்மா முதல்பெஞ்சில் இருக்கிற மாணவி ஒருவர் இங்க வாங்க, இன்றைக்கு வருகைப்பதிவு எடுங்க. உன் பெயரென்னம்மா. இந்தவகுப்பில் இந்தப்பெண்ணோ, எனது அடுத்தவகுப்பில் இன்னொரு மாணவரோ, வருகைப்பதிவுஎண்ணை அழைக்கையில், உள்ளேன் அய்யா என்று பதிலிடுவது எனக்கு தான் தவிர, பதிவெண்ணை அழைக்கும் வள்ளிக்கோ, இன்னொரு அழைப்பருக்கோ அல்ல! இதை வைத்து கேலி, கிண்டல் ஒலி எழுப்பி வகுப்பின் அமைதிக்கு ஊறு செய்யக் கூடாது. சரியா. இந்த அழைப்புக்கு முன்ன, ஒவ்வொருத்தரும் வரிசையா எழுந்து உங்கபெயரைச் சொல்லி உட்காருங்க!"

முதலில் மாணவர்களும், பின்னர் மாணவியரும் வரிசையாக அவரவர் பெயரை முன்னெழுத்தோடு சொல்லி அமர்ந்தனர். பிறகு, வள்ளி வரிசைப்படி அழைத்தாள். மாணவ மாணவியர் 'உள்ளேன் அய்யா 'சொல்லி அமர்ந்தனர். இடையில் மாணவர், மாணவி யரிடையே சலசலப்பும் கிசுகிசுப்பும் கேட்டது. இவர் வருகைப்பதிவை நிறுத்தச் சொன்னார். முன்னே வந்து, வருகைப் பதிவின்போது யார் இடையில் பேசிச் சிரித்தது என்று கேட்டார். மாணவ மாணவியரிடமிருந்து பதிலில்லை. நீங்க சொல்லாட்டா எனக்கு தெரியாதுன்னு நினைக்கிறீங்களா என்று வினவினார். வாய்மூடி சிரிக்கும் கிசுகிசுப்பு மட்டும் கேட்டது. "மூன்றாவது வரிசையில் நான்காவது உட்கார்ந்திருக்கும் மாணவர் எழுந்திரு, நான்காவது பெஞ்சில் இரண்டாவது அமர்ந்திருக்கும் மாணவி எழுந்திரு. பெண்கள் பக்கம் இரண்டாவது வரிசையில் நான்காவதாக அமர்ந்திருக்கும் மாணவி எழுந்திரு. நான்காவது வரிசையில் இரண்டாவ

உருமாற்றம் **133**

தாக இருக்கும் மாணவர் எழுந்திரு" என்றார்.

அவர் குறிப்பிட்ட நான்குபேரும் எழுந்தனர். வகுப்பு நிசப்தமாக இருந்தது. "ஏன், எதோ கேலிபேசி சிரிச்சுட்டு, இப்போ மௌனமாக இருக்கிறீங்க? சொல்லுங்க, நானும் உங்களோடு சேர்ந்து சிரிக்கிறேன். நானும் உங்கநிலையை கடந்துதானே இங்க நிற்கிறேன். சரி, என்ன கமன்ட் அடிச்சு சிரிச்சீங்கன்னு சொல்ல மறுக்கிறீங்க. ஆனா நான் உங்களைக் கண்டுபிடிச்சு சொன்னதும், ஒப்புக் கொண்டு எழுந்து நின்றுவிட்டீர்கள். உங்களுக்கு நன்றி. குரல்வந்த திசையை வைத்து யாரெல்லாம் கேலிபேசிச் சிரிச்சீங்கன்னு கண்டுகொண்ட நான், நீங்க என்ன கமன்ட் அடிச்சீங்கன்னு சொல்லவும் முடியும். இங்க தான் உங்களுக்கும் எனக்குமான தலைமுறை இடைவெளி இருக்கிறது.

எனக்கு உடல் பூராம் கண்ணிருக்கிறது என்று தெரிந்து கொண்டீர்கள் அல்லவா! சரி, இனி இப்படி செய்யமாட்டீங்கன்னு நம்புகிறேன். நீங்களும் ஐம்புலன் களை உணர்ந்து ஆளத் தொடங்கினால், உங்களுக்குள் புதைந்திருக்கும் ஆற்றலை உணருவீங்க. என்னையும் விட உயர்வான நிலைக்கு வருவீங்க, சரியா. உக்காருங்க. வள்ளி, விட்ட பதினேழாவது எண்ணிலிருந்து வருகைப் பதிவை தொடரும்மா."

வகுப்பறை மௌனத்தில் கட்டுண்டு கிடந்தது. வள்ளி பதிவெண்ணை வாசிக்க, வாசிக்க, இவர் பதிலளிக்கும் குரலை எண்ணோடு நிரலிசைவு செய்துகொண்டார். நன்றிம்மா, முப்பத்திரண்டு பேரும் இந்த வகுப்பில் இருக்கிறீர்கள். வராதவர் இல்லை. மகிழ்ச்சி. போர்டில் எழுதிரும்மா. நன்றிம்மா. இப்போ பாடத்துக்குள் போவோம் என்றார். வெளிக்காற்றின் ஓசையைத் தவிர வேறு அரவமில்லை!

இராஜதுரை பாடினார்; 'நேற்றுவரை நீ யாரோ, நான்

யாரோ; இன்றுமுதல் நீ வேறோ, நான் வேறோ. காணும்வரை நீ எங்கோ, நான் எங்கோ; கண்டவுடன் நீ எங்கோ, நான் அங்கே... உன்னை நான் பார்க்கும்போது மண்ணை நீ பார்க்கின்றாயே, விண்ணை நான் பார்க்கும்போது என்னை நீ பார்க்கின்றாயே; நேரிலே பார்த்தால் என்ன, நிலவு தேய்ந்தா போகும்? புன்னகை புரிந்தால் என்ன பூமுகம் சிவந்தா போகும்?'

இது திரைப்பாடல் மட்டுமல்ல, குறுந்தொகை, திருக்குறள் முதலான தமிழமுதுச்சாறின் இன்றைய இசைவடிவம்! சங்கப்பாடலையும், குறளையும், ஐம்பெருங்காப்பியங்களையும் கம்பன் மாந்தி கம்பமுது பரிமாறினான். அவனிடமிருந்து நம்காலத் திரைக் கவிஞர்கள், வேறு வேறு பாத்திரங்களில் பரிமாறுகிறார்கள். நாம் இன்று பார்க்கவிருக்கும் கம்பனின் ஆரண்யகாண்டத் தினை உள்வாங்கிய ஒரு திரைப்பாடலைக் கேளுங்க. 'கங்கைநதி ஓரம் ராமன் நடந்தான்; கன்னிமயில் சீதை தானும் தொடர்ந்தாள்; மெல்ல நடந்தாள்..... மங்கையவள் சீதை முள்ளில் நடந்தாள்; மன்னனவன் கண்ணில் கங்கை வழிந்தாள்...கங்கை வழிந்தாள்... '

கேட்டீர்களா இதுதான் இலக்கிய இன்பம்! இப்படி காதல் மட்டுமல்ல, வீரம், வாழ்வியல் அறம் இவை எல்லாம் கற்பிப்பது நம் இலக்கியம். இப்படியான இலக்கியத்தை நுணுகிக் கற்பவர் வாழ்வை முன்னோக்கி எடுத்துச் செல்லுவர். சரி, நேரமாகிவிட்டது. அடுத்த வகுப்பில் இலக்கியம் எப்படி நம்மை மேம்படுத்தி இருக்கிறது என்ற ஆய்விலிருந்து தொடருவோம்" என்றவர் கூறவும், மணி ஒலிக்கவும் சரியாக இருந்தது.

இதையெல்லாம் சன்னல்வழி அவதானித்துக் கொண்டிருந்த எனக்கு இராஜதுரை வகுப்பில் மாணவனாக அமர ஆசை வந்து விட்டது. நான் எப்படி பாடம் எடுப்பேனோ அதைவிடவும் சிறப்பாக இசை

உருமாற்றம் 135

யோடு நடத்தி மாணவர்களை தன் கட்டுக்குள் கொண்டு வந்திருந்தார். அவர் வெளியே வரவும் அவரை மாணவிகளும் மாணவர்களும் மொய்த்தனர். அவர்களிடம் இசைவாகப் பேசி அனுப்பினார். முந்திச்சென்று தமிழ்த்துறை வாசலருகே நின்றிருந்த என்னிடம், "ஆர்வி சார், என் முதல்வகுப்பை சன்னலருகிருந்து கவனித்தீர்களே எப்படி இருந்தது?" திகைத்துப்போன நான், சொல்ல வார்த்தையின்றி அவரைக் கட்டித் தழுவி, கை குலுக்கினேன்.

அன்று வெள்ளை பேன்ட்டும், கருநீலநிற பின்னணியில் வெள்ளை, மற்றும் இளஞ்சிகப்பு நிறங்களில் சிறு சிறு பூக்கள் பொறித்த முழுக்கை சட்டையை பேன்ட்டில் உள்செருகி அணிந்திருந்தார். இந்தஉடை தேர்வும், அணிந்திருக்கிற விதமும் வெகுநேர்த்தி! அசத்திரீங்க என்றேன்.

"ஆர்வி சார், இந்த நிறப்பாகுபாடுகளை எப்படி என்னால் உணரமுடிகிறது? எவ்வாறு இவ்வளவு இரசனையோடு தேர்ந்து உடுத்துறீங்கன்னு தானே எங்கிட்ட கேட்க நினைக்கிறீங்க?" நான் அவரது கைகளைப்பற்றி சத்தமாக சிரித்து ஒப்புதலைத் தெரிவித்தேன். "ஆர்வி சார், எனக்குதான் பார்வைக் குறைபாடு தவிர என் பெற்றோருக்கும், அவர்களது முன்னோருக்கும் குறைபாடு இல்லையே. அவர்களது மரபணுவிலிருந்து எனக்குள் நிறங்களைப் பற்றிய அறிவும் கடத்தப்பட்டிருக்கிறது. நான் வாசிக்கும் பாடங்களிலிருந்தும் நிறங்களைப் பற்றிய புரிதலை எனது கற்பனைத் திறன் கொண்டு விரிவுபடுத்திக் கொள்கிறேன். இதே போல் தான் பிற திறனாளிகளும் உற்றறிகின்றனர். இந்த சட்டையைப் பார்த்ததும் இரவுவானமும், பாரதி பாடிய 'பட்டுக் கருநீலப் புடவையில் பதித்த நட்சத்திரங்களடி' நினைவு வருகிறதோ". நான் அவரது கைகளை குலுக்கி

அணைத்துக் கொண்டேன.

அடுத்தநாள் இளநிலை இரண்டாமாண்டு கணியியல் மற்றும் இயற்பியல்பிரிவு மாணவ, மாணவியர் இணைந்து அறுபதுபேர் கலந்துகொள்ளும் பொதுத்தமிழ்வகுப்பு. கணியியல் பிரிவு மாணவர் ஒருவரையும், இயற்பியல் வகுப்பு மாணவி ஒருவரையும் வருகைப்பதிவு எண்களை வாசிக்க செய்து மனதில் பதியவைத்துக் கொண்டார். ”நீங்க அறுபதுபேர்.நான் ஒருத்தன். நீங்க அமைதியா இருந்து பாடத்தைக் கவனித்தால் நம்மிரு தரப்புக்கும் நல்லது. சரி, என்னைப்பற்றி நான் அறிமுகம் செய்வதை விடவும், என்னை நீங்களே புரிந்துகொள்வது முக்கியம். எண்ணும் எழுத்தும் கண்ணெனத் தகும். இங்கே எண்ணென்பது அறிவியல், எழுத்தென்பது இலக்கியம். அறிவியல் அறிந்தவன் இலக்கியம் கற்றிருந்தால், அணுவை ஆக்கப்பூர்வமாக பயன்படுத்தி இருப்பான். அணுகுண்டு வீசி இலட்சக்கணக்கான மக்களை கொன்றிருக்கமாட்டான்.

இலக்கியம் அறிந்தவன் அறிவியல் உணர்விருந்திருந்தால், ஒவ்வொரு வினைக்கு எதிர்வினை உண்டென்று அறிந்து, பக்கவிளைவுகள் இல்லாத, அல்லது, தீமை குறைவான முடிவுகளை எடுத்து செயல்படுவான். உலகில் வீண் குழப்பங்களும், கலவரங்களும் குறையும். ஆகவே மனிதர்க்கு இலக்கியமும், அறிவியலும் இருகண்கள். அறிவியல் ஆய்வாளன் மொழியாளுமை உள்ளவனாக இருக்கும்பட்சத்தில், சந்தேகம், குழப்பங்களுக்கு இடமின்றி சிறப்பாக அவனது ஆய்வறிக்கையை தயாரிப்பான். சரியான ஆய்வுமுடிவு இருந்தும் அதை வெளிப்படுத்துவதில் தெளிவில்லை என்றால், அவனது ஆய்வு நிராகரிக்கப்படும் வாய்ப்புமுண்டு. ஆகவே, அறிவியல் படிக்கும் நீங்கள் மொழித்தேர்ச்சியும் வாய்க்கப்பெறும் வகையில் படியுங்கள் வெல்லுங்கள்.

கண்பார்வை குறைந்தவன் இப்படி பேசுகிறானே என்று நீங்க நினைக்ககூடும். இரு பிரிவுகள் இணைந்த இந்தவகுப்பில் அறுபதுபேரையும் அவர்களது பதி வெண்ணோடு, குரலையும் எனது மனதில் நிரல்படுத்தி யுள்ளேன். ஒருவருக்கொருவர் மாறி பிறருக்காக வருகையை பதிவு செய்தால், என மனதில் பதிந்த குரலை வைத்து தவறு செய்பவர்களைக் கண்டறிந்து விடுவேன்.

இதேபோல இன்றைக்கு மாணவர்கள் அடுத்த எனது வகுப்பில் இடம் மாறி உட்கார்ந்தாலும், உங்கள் குரல் வந்த திசையிலிருந்து, இடம்மாறி உட்கார்ந்ததை அறிந்து கொள்வேன். எங்கே யாரவது நான் சொல்வதை சோதித்துப் பார்க்க விரும்பினால் யாராவது எழுந்து பேசுங்க. நான் உங்க எண்ணை சொல்கிறேன்." மாணவர் கள் ஆச்சரியத்தில் ஆழ்ந்திருந்தனர். ஐந்துநிமிடம் வரை எவரும் எழுந்திருக்கவில்லை. "தயக்கமும், பயமும் கற்பதற்கு எதிரி. தயங்காமல் எந்திரிங்க."

ஒரு மாணவி எழுந்து, "அய்யா, நான் எந்திருச்சிருக்கேன்."

"மகிழ்ச்சி, உனது எண் சிஎஸ்;1523. சரியா?"

"கரெக்டுங்க அய்யா!" எல்லா மாணவர்களும் எழுந்து கைதட்டினர்.

"மகிழ்ச்சி. நன்றி, இது ஒரு மாதிரி போதும். இதற்கு மேல் இயல்பா இருக்காது மோடிமஸ்தான் வித்தை மாதிரி ஆகிரும்!போகப்போக நீங்களே என்னை புரிஞ்சிக்குவீங்க. சரியா. நீங்களும் உங்களது ஐம்புலன் களது திறனறிந்து பயன்படுத்தினால் உங்கள் திறனறிவும், வாழ்வும் உயரும். வாழ்த்துகள்.

உங்களது பாடம் பாவேந்தர் பாரதிதாசன் எழுதிய 'அழகின்சிரிப்பு' கவிதைகளில் ஒருபகுதி. 'காக்கை குருவி எங்கள் சாதி, நீள்கடலும் மலையும் எங்கள் கூட்டம்!

நோக்கும் திசையெல்லாம் நாமன்றி வேறில்லை! நோக்க நோக்க களியாட்டம்! என்று இயற்கையின் படைப்புகளை சக உயிரிகளாக கருதிய மகாகவி பாரதியினை, குருவாக ஏற்றுக்கொண்ட கனக சுப்புரத்தினம் என்ற பாரதிதாசன். 'அறிவை விரிவுசெய், அகண்டமாக்கு, விசாலப் பார்வை யால் விழுங்கு மக்களை; அணைந்துகொள்; உன்னை சங்கமமாக்கு; மானிட சமுத்திரம் நானென்று கூவு; பிரிவில்லை, எங்கும் பேதமில்லை! என்று முழங்கினார்.

பாரதிதாசன் சீடர்கள், 'தூங்காதே தம்பி தூங்காதே, ...நல்லபொழுதை எல்லாம் தூங்கிக் கெடுத்தவர்கள் நாட்டைக் கெடுத்ததுடன் தானும் கெட்டார். சிலர் அல்லும்பகலும் தெருக்கல்லாய் இருந்துவிட்டு அதிர்ஷ்டம் இல்லை என்று அலட்டிக்கொண்டார்; விழித்துக் கொண்டோர் எல்லாம் பிழைத்துக் கொண்டார்! என்று பாடினார் பட்டுக்கோட்டை கல்யாணசுந்தரம். இவரைத் தொடர்ந்து '...நெஞ்சம் உண்டு நேர்மை உண்டு ஓடு ராஜா, நேரம் வரும் காத்திருந்து பாரு ராஜா. அடிமையில் உடம்பில் ரத்தம் எதற்கு, தினம் அச்சப்பட்ட கோழைக்கு இல்லம் எதற்கு, கொடுமையைக் கண்டு பயம் எதற்கு, நீ கொண்டு வந்தது என்னடா மீசை முறுக்கு 'என்று கண்ணதாசன் பாடினார்.

இந்தப்பாடல்கள் எல்லாம் நமது பழைய இலக்கிய மரபின் தொடர்ச்சி. இப்பாடல்கள் கேட்க இன்பம் தருபவை மட்டுமல்ல. நம்மை வழி நடத்துபவை. நல்லவழியைத் தேர்ந்து உழைப்பவர் உயருவார். நமக்கு பாடமாக அமைந்துள்ள அழகின்சிரிப்பு கவிதைகள், நம்மைச் சுற்றியுள்ள இயற்கையை ரசிக்கவும், பேணவும் மட்டுமல்ல; இயற்கை நமக்கு புகட்டும் பாடத்தையும் எடுத்துரைப்பவை. இப்பாடல்களை அடுத்த வகுப்பில் விரிவாக பார்ப்போம்."

இராஜதுரை ராகத்தோடும், தெளிவான உச்சரிப்

போடும் பாடியதை மாணவர்கள் அமைதியாகக் கேட்டு வியப்பில் மூழ்கியிருந்தனர். மணி ஒலித்தது. இராஜ துரையை மாணவர்கள் மொய்த்துக் கொண்டு கை குலுக்கினர். மாணவியர் ஒதுங்கி நின்று, "அய்யா உங்க குரல் டிஎம்எஸ் குரல் மாதிரி சுவீட்டா இருக்குங் கய்யா!"

"நன்றி பிஎச்;1017. உன் பேர் என்ன?"

"ஆரெம்.ஈஸ்வரி. "மகிழ்ச்சி, உன் குரலுங்கூடஎல், ஆர். ஈஸ்வரி மாதிரி குழைவாய் இருக்கு! சரி, பார்ப்போம், நான் அடுத்த வகுப்புக்கு போகணும்" என்று மாணவர் களிடம் விடைபெற்றார்.

இன்னொருநாள், இராஜதுரை என்னிடம் வந்து, ஆர்வி சார் கொஞ்சம் என்னோடு வாங்க, நம்ம துறை கண்ணம்மா மேடத்தொடு ஒரு பிரச்சினை பற்றி பேசணும். நானே பேசுவேன். தேவைபட்டா நீங்க தலையிட்டு பொருத்தமா பேசுங்க என்று அழைத்துச் சென்றார். கண்ணம்மா மதிய உணவு உண்டபின் சற்று தளர்வாய் பத்திரிகைகளைப் புரட்டிக் கொண்டிருந்தார். இராஜதுரையே தொடங்கினார்; "எம்.கே.மேடம் வணக்கம்.உங்ககிட்ட ரெண்டுநிமிசம் பேசலாமா".

"சொல்லுங்க எம்.ஆர்.டி.சார், நான் என்ன செய்யணும்?"

"மேடம், நீங்க நம்ம கல்லூரி மாணவியர் நல ஆசிரியர்குழு தலைவர் என்றமுறையில் சொல்றேன், நம்ம மாணவியர் பொதுக்கழிவறைகளை சுத்தமா பராமரிக்க ஏற்பாடு பண்ணுங்க ப்ளீஸ். அந்தவழியா நடந்தே போகமுடியலை; பாவம் பிள்ளைக எப்படி பயன்படுத்துறாங்களோ தெரியலை. பசங்க கழிவறைக்கு நானும் ஆர்வி சாரும் போயி பார்த்து தூய்மைப் பணி

யாளரிடம் சொல்லி சரி செய்ய ஏற்பாடு பண்ணிட்டு வந்திருக்கோம். நாம ஸ்டாப் கழிவறைகளைப் பயன் படுத்துறதால நமக்கு தெரியலை. பிள்ளைக சரியா பயன்படுத்தமுடியா நிலையில் இருக்கிறதால, பிள்ளைகள் பக்கம் கவிச்சி அடிக்குது. நம்ம கல்லூரி மாணவிகளுக்கு நாமதானே தாயி தகப்பன். நீங்க புரிதல் உள்ள நல்ல தாய்ங்கிறதால உங்ககிட்டே நேரே சொல்றோம். தயவு செஞ்சு தப்பா நினைச்சுக்காதீங்க மேடம்.”

கண்ணம்மா முதலில் மூக்கு சிவந்தவர், இராஜதுரை யின் பணிவான பேச்சு அவரை ஆறுதல்படுத்தி கேட்கச் செயதது. “சார் புரிஞ்சிக்கிட்டேன். எங்களைவிட உங்க மூக்கும், மனசும் ஷார்ப்பா இருக்கும். இப்பவே எங்க மாணவியர் நலக்குழு ஆசிரியர்களோடு போய் பார்த்து ஆகவேண்டியதை செய்கிறேன். சரிங்களா. மாணவிக நலத்தில நீங்க கூடுதல் அக்கறை எடுத்துக்கிட்டதுக்கு. உங்க ரெண்டுபேருக்கும் ரெம்ப நன்றி சார்” என்றார்.

அன்று மாலைக்குள் பெண் தூய்மைப் பணியாளர் களைக் கொண்டு சோதித்ததில், கழிவறைக் குழிகளில் நாப்கின்கள் போடப்பட்டதால், கழிவுநீர் உள்ளே போகாமல் வெளியே தேங்கி முடைநாற்றம் வீசுகிறது. மாணவியர் சரியாக கழிவறைகளைப் பயன்படுத்த முடியாத நிலை. மறுநாள் சனிக்கிழமை விடுமுறை என்பதால் கழிவறைகளை சுத்தம் செய்து, நாப்கின்கள் போட தனி டப்பாக்கள் வைக்கப்பட்டு, கிருமிநாசினி தெளிக்கப்பட்டது. கல்லூரி முதல்வரிடம் சொல்லி, புதிதாக பெண்களுக்கு மூன்று கழிவறைப் பிரிவுகள் கட்ட கருத்துரு அனுப்ப ஏற்பாடானது.

இப்படி இராஜதுரை கற்பிக்கும் எல்லா வகுப்பு மாணவ, மாணவியரையும், சகவிரிவுரையாளர் களையும் ஈர்த்து தனது அன்பின் பிடியில் வைத்திருந்தார். அவர் கல்லூரி வளாகத்துக்குள் நடக்கும்போது யாராவது

இரண்டு மாணவர்களோ, விரிவுரையாளர்களோ அவருடன் பேசியபடியும், அவரது நடை உடை பாவனை களைக் கவனித்துக்கொண்டும் நடப்பர். அவர் குறுகிய காலத்தில் திறமையின் அடிப்படையில் கல்லூரிக்குள் பிரபலமானது, எனக்கு பெருமையாகவும், சில நேரங்களில் பொறாமையாகவும் இருந்தது.

பொறாமை என்ன, ஆற்றாமை தான். ஐம்புலன்களும் சரியாக உள்ள நாம், நம்மைச்சுற்றி இருப்பவற்றை சரியாக உணராது தடுமாறுகின்றோம். பார்வை குறை பாடு உள்ள அவர், தனது உடலின் ஒவ்வொரு திசுமூலம் அனைத்தையும் உணருகிறார். உணர்ந்ததுக்கேற்ப பதற்றம் இல்லாது செயல்படுகிறார். பார்வைக்குறைபாடு இவரைப் போன்றவருக்கு சாபமா, வரமான்னு கேட்கத் தோணுது! இயற்கை எல்லாரையும் சம திறன்களோடு தான் படைத்திருக்கிறது. ஒரு குறைபாடு இருந்தால் மற்ற உறுப்புகள் மூலம், அக்குறையை சரி செய்துகொள்கிறது. இதை உணர்ந்து பயன்படுத்திக் கொள்கிறவர்கள் அறி வாளிகளாக, பெரும் சாதனையாளர்களாகி விடுகின்றனர். உணராதவர்கள் சபிக்கபட்டவர்களாகக் கருதி தம்மை வருத்திக்கொள்ளும் பாமரர்களாக இருக்கிறார்கள்.

இராஜதுரை மாதிரி பார்வைத்திறனாளிகள் எத்தனை பேர் இராஜதுரையைப் போல திறமையானவர்களாக இருக்கிறார்கள்? தம் திறமையை உணராது, பாவம், வறுமையில் உழல்கிறார்கள். இதை உணர்ந்துதான், இராஜதுரை தனது சம்பளத்தில் பத்துசதம் கணக்கிட்டு அந்தத் தொகையை மாற்றுத்திறனாளிகள் நல சங்கத்துக்கு என் மூலம் மணியாடர் அனுப்புகின்றார். இரண்டுமாதம் இப்படி மணியாடர் அனுப்ப உதவினேன்.

ஒருநாள் இராஜதுரையிடம், “சார், ஒரு யோசனை. உங்களுக்காக அலையறதுக்கு சங்கடப்பட்டு சொல் றேன்னு நினைக்கலையின்னா சொல்றேன். மாசாமாசம் போஸ்ட் ஆபீஸுக்குப் போயி மணியாடர் பண்றதுக்கு

பதிலா, மாற்றுத்திறனாளிகள் நல சங்க வங்கிக் கணக்கு உங்களது வங்கி காசோலை மூலம் மாசா மாசம் அனுப்பினால், மணியாடர் கமிசனும் இல்லை; அனுப்ப யார் உதவியும் நாடவேண்டாம். நீங்க உதவும் இந்த நன்கொடை வருசாந்திர கூட்டுத்தொகைக்கு, நீங்க வருமானவரி விலக்கும் பெறலாமே" என்றேன்.

இராஜதுரை எனது கைகளைப் பற்றிக்கொண்டார். அவரது மூடிய கண்ணிமை முடிகளில் முத்துகள் கோர்த்து நின்றன. குரல் தழுதழுக்க, "ஆர்வி சார், உங்கமேல கோபப் படுவேனா, உங்களை நல்ல நண்பரா கருதித்தானே, எனது அந்தரங்க விசயங்களை எல்லாம் பகிர்ந்துள்ளேன். நல்ல யோசனை சொல்கிறீர்கள். அப்படியே செய்வோம்" என்று கண்களைத் துடைத்துக் கொண்டார். நான் மெய்சிலிர்த்து உறைந்தேன். பின்னர், அவரே "வாங்க டீ குடிப்போம்" சிற்றுண்டியகத்துக்கு அழைத்து போனார்.

ஓராண்டு கடந்தபின், எனக்கு மதுரை காமராசர் பல்கலைக் கழகத்தில், பணிமேம்பாட்டு புத்தொளிர்வு பயிற்சி 20 நாள்களுக்கு கலந்துகொள்ள ஆணை வந்திருந்தது. ஆசிரியர்கள் எல்லாம் எந்நாளும் கற்க வேண்டிய தொடர் மாணவர்களே என்ற நோக்கத்தில், கற்பிப்பதில் மேம்படுத்த ஏற்பாடு செய்யப்பட்டது இப்பயிற்சி. இதில் புதுப்புது பேசுபோருளோ, கற்றல், கற்பித்தலில் உளவியல் சார்ந்து புது அணுகுமுறைகளோ இல்லை. பழைய கருப்பொருள்களை, புதிய தலைப்பு களில் சொல்லாடல்கள் மட்டுமே மாறியிருந்தன.

பயிற்சி சம்பிரதாயமானதாகவே இருந்தது. முதல்நாளே சலிப்பு ஏற்பட்டது. இம்மண்டலத்திலிருந்து பல கல்லூரி களிலிருந்து வந்தவர்களின் நட்பும், அறிமுகமும் கிடைத்தது. இதுபோல் இனி எத்தனை பயிற்சிகளில் கலந்துகொண்டால் நமக்கு பணிமேம்பாட்டு ஊதியம்

கிடைக்கும் என்பது பற்றியும், அந்தந்தக் கல்லூரிநிர்வாகம், மற்றும் துறைத் தலைவரிடையே நிலவும் நுண்ணரசியல் பற்றியுமே அரங்கத்திற்கு வெளியே பேச்சுகள் இருந்தன.

முதல்நாள் பயிற்சியின் ஊடே வரும் கலந்துரையாடலின் போது, நமது இலக்கியங்களை மரபார்ந்த பார்வையிலிருந்து முன்நகர்ந்து புதியநோக்குகள் தேவை என்பதையும், அத்தகைய நோக்கும், நமது இலக்கிய வளமையை மேம்படுத்தி அடுத்தகட்ட நகர்வுக்கு கொண்டு செல்லும் என்று ஒப்பிலக்கிய உதாரணங்களுடன் பேசினேன். ஓரளவு வரவேற்பு கிடைத்தது. மறுநாளில் இருந்து சம்பிரதாயமான பழைய தலைப்புகளிலே தொடங்கினாலும், புதிய தொனியும், பார்வையும் பரிமாறப்பட்டது. பயிற்சியில் உற்சாகம் தென்பட்டது. இது பயிற்சியின்போது புதுத் தேடலையும், அதற்காகத் தன்னை புதுபித்துக் கொள்ளவும் தூண்டியது. இது எனக்கு நல்ல அறிந்தேற்பை தந்தது. ஆனால் பயிற்சி முடிந்து கல்லூரியில் சேரும் நாளில் எனக்கு மேலூர், அரசுக் கலைகல்லூரிக்கு இடப்பெயர்வு ஆணை காத்திருந்தது. இந்த இடப்பெயர்வு குறித்து என்னைவிட இராஜதுரையே அதிகம் வருந்தினார். ரொம்ப தூரம் போடாமல் பக்கத்தில்தான் போட்டுள்ளார்கள், அடிக்கடி சந்திப்போம் என்று விடைபெற்றேன்.

இராஜதுரையால் நான் என்னுள் வினவி தன்னைத் தோண்டியதில் என்னுள் பல புதிய திறப்புகளை உணர்ந்தேன். கற்பிப்பதோடு, நிறைய தேடிக் கற்றேன். ஆய்ந்து எழுதினேன். நூல்களாக்கினேன். இராஜதுரைக்கு வாரம் ஒரு கடிதத்தில் தொடங்கி, மாதம் ஒருகடிதம் என்று தொடர்ந்தது. அவருக்கு பாடங்களையும், அவர் விரும்பும் நூல்களை சத்தமாக வாசித்து சொல்ல வாசிப்பு உதவியாளர் இருக்கிறார். அவர் மூலம் எனக்கு அன்னியோன்யத்தை பகிர விரும்பவில்லை. ஆகவே அவரிடமிருந்து பதில் வருவதில்லை. அப்புறம் கடிதத் தொடர்பும் நின்றுபோனது.

ஆனால் அரசுக் கல்லூரி ஆசிரியர் போராட்டம், ஆர்பாட்டம், இயக்கத் தேர்தல் என அவ்வப்போது மதுரையில் சந்தித்து அளவளாவுவோம். வெளி மாநிலங் களில் நடக்கும் அனைத்திந்திய கல்லூரி ஆசிரியர் இயக்க மாநாடுகளில் இராஜதுரை கலந்து கொள்வார். அப்போது இரண்டு மூன்று நாள்கள் சேர்ந்தே பயணிப்போம். எங்கள் பயணம் இனிமையாக இருக்கும். இராஜதுரைக்கு முதுமையின் தளர்ச்சி இருந்தபோதும், ஆடை உடுத்தும் ரசனையும் அவரது கூர்ந்தறிவு மேலும் கூர்மை அடைந் திருந்தது. பணிச்சூழல் திருப்தி அளிக்கவில்லை என்று சலித்துக் கொள்வார். என்னைப் போன்றவர்களை சந்திக்கும்போதுதான் மகிழ்ச்சி என்பார். தற்போது கைப்பேசி வந்ததும், நேரம் வாய்க்கும்போதெல்லாம் பேசுகிறோம்.

நான் தற்போது துறைத்தலைவர் பொறுப்பையும், அவ்வப்போது கல்லூரி பொறுப்பு முதல்வர் பணியையும் கவனிக்க வேண்டியதிருப்பதால் கல்விப்பணியைவிட நிர்வாகப்பணிகளே நேரத்தை தின்கின்றன. வாசிக்கவும், எழுதவும் நேரம் குறைந்து விட்டது. மாணவர்களிடையே கவனச் சிதறல்கள் நிறைய; குண இயல்புகளும் திருப்தியாக இல்லை. அவர்களை வடிவமைக்க நிறைய மெனக்கிட வேண்டியதிருக்கிறது. அவருக்கும் இதேநிலை தான். இராஜதுரை கல்லூரிமுதல்வர் பதவி உயர்வு பெற்று இராமநாதபுரம் அரசுக்கல்லூரியில் பணியாற்று கிறார். எனக்கு திருவண்ணாமலை அரசு கல்லூரியில் முதல்வர் பணிஉயர்வு கிடைத்து ஓராண்டு பணியாற்றி ஒய்வுபெற்றேன். அவர் எனக்குப்பின் இரண்டாண்டு கழித்து இன்று பணிநிறைவு செய்கிறார்.

இராஜதுரையின் பணிநிறைவு பாராட்டு விழாவில் கலந்து கொள்ள பயணிக்கையில் தான் இவ்வளவு நினைவும் என் மனதில் ஓடுகின்றன. இராஜதுரை என்னுள் ஏற்படுத்திய மாற்றங்களில் பாதியளவாவது

15. பிறிதின்நோய்

அன்று முகூர்த்த நாள். சென்னை எழும்பூர் ரயில் நிலையத்தில் கூட்டம் அலைமோதியது. நெரிக்கும் கூட்டத்தை ஊடுருவி வழி ஏற்படுத்தி, வயதான அம்மா அப்பாவை மெல்ல அழைத்துக்கொண்டு, கைபொதியை இழுத்துக்கொண்டும் முன்னேறுவது அவனுக்கு பெரும் சவாலாக இருந்தது.

மணி ஒன்னைம்பதுக்குத்தான் வைகை விரைவுவண்டி மூன்றாம் நடைமேடைக்கு வரும் என்று அறிவிப்பும் விளம்பரமும் காதை மொய்த்துக் கொண்டிருந்தது. இன்னும் பத்துநிமிடங்கள் இருக்கின்றன. அம்மா அப்பாவை சிமண்ட் பெஞ்சில் உட்கார வைத்து இளைப்பாறச்செய்தால் தேவலை. இவன் இடம் தேடினான். பயணிகள் பலர் சிமண்ட்பெஞ்சுகளில் சாமான்பொதிகளை வைத்தும், உட்கார்ந்தும் இருந்தனர். இவர்களது பெட்டி நிற்கவேண்டிய இடத்தில் ஒரு சிமண்ட் பெஞ்சு காலியாக இருப்பதுபோல்

தோன்றவும் பெற்றோரை அழைத்துக் கொண்டு அருகில் விரைந்தான்.

அழுக்குப் படிந்த உடையில் அடர்ந்த தாடியோடு ஒரு பெரியவர் தூங்கிக் கொண்டிருந்தார். அடுத்தடுத்த நடைமேடைகளில் ரயில்கள் ஒலியெழுப்பி போவதும் வருவதுமாக இருக்கின்றன. அறிவிப்பும் விளம்பரங்களும் அலறிக்கொண்டிருக்கின்றன. பயணர் சனசந்தடிகள் சலசலத்துக் கொண்டிருக்கின்றன. இவ்வளவு சத்தங்களுக் கிடையிலும் இந்தமனிதன் தூங்குகிறானா, மூவர் உட்காரக்கூடிய இடத்தை ஆக்கிரமித்து தூங்குவதுபோல் பாசாங்கு செய்கிறானா என்ற ஆவேசம் வந்தது.

இவன் துணிந்து ‘அய்யா, அய்யா’ என்று சத்தம் கொடுத்தான். அவர் எழுந்திருக்கவில்லை. பலர் உட்காரவே அலைகிற பொதுஇடத்தில் எவ்வளவு திமிரா படுத்துக்கிடக்கிறான் பாரு என்றெழுந்த வார்த்தைகளை விழுங்கியபடி, அவரது முன்னேபோய், கைகளை மெல்லத் தொட்டு, “அய்யா எந்திரிச்சு உட்காருங்க” என்றான்.

அவர் இவனது கைகளைத் தள்ளிவிட்டுட்டு மெல்லக் கண்களைத் திறக்க முயன்றார். உள்ளடங்கிய கண்களை நூலாம்படை பிணைத்ததுபோல் பீளை படிந்த கண்களின் பாதிவிழிகளைச் சிரமப்பட்டுத் திறந்தார். வலக்கையை வாய்க்கருகில் கொண்டுபோய் இரு விரல்களைக் காட்டி ‘சாப்பிட்டு ரெண்டு நாளாச்சு’ என்று சைகைகாட்டினார். இவன்மீது குளிர்ந்தநீரைக் கொட்டியதுபோல் அவர் மீதிருந்த கோபமும் கொதிப்பும் இவனுக்கு தணிந்தது. இதையெல்லாம் மூப்பின் இயலாமையோடு, கொழுகொம்பு தேடும் கொடிபோல அசந்து தளர்ந்த கால்களோடு கவனித்தபடி நின்றிருந்த அம்மா, “ஏப்பா இதோ இந்த பொட்டலத்தைக் கொடுத்து அவரைச் சாப்பிடச் சொல். இந்தா, இந்த தண்ணி பாட்டிலையும் கொடு” என்றாள்.

பெரியவர் திறந்த அரைவிழியில் நன்றி ஒளிர, சுருங்கியமுகம் விரிய தண்ணீர் பாட்டிலை வாங்கி மிடறு மிடறாகக் குடித்து உலர்ந்து ஒட்டிய தொண்டையை நனைத்துத் திறக்க முயன்றார். மெல்லக் கீழே சரிந்து இறங்கி சிமெண்ட் பெஞ்சின் கால்பகுதியில் சாய்ந்து நடைமேடையை நோக்கி கால்நீட்டி உட்கார்ந்தார். இவர்களை பெஞ்சில் உட்காருமாறு விழிகள் விரிய சைகை காட்டினார். தண்ணீரை வலக்கையில் சிறிது ஊற்றி கண்களைக் கழுவினார். சட்டையின் நுனியால் துடைத்துக் கொண்டார். தயிர்சாத பொட்டலத்தை அவிழ்த்தார். இரண்டு காகங்கள் தத்தித்தத்தி வந்தன. அவற்றிற்கு ஒரு கவளம் போட்டார். நாயொன்று நாக்கைத் தொங்கபோட்டபடி தாவி வந்தது. அதற்கொரு கவளம் சோறு போட்டார். அவை தின்பதைப் பார்த்து முறுவலித்தார். இவனுக்கு முகம்சிவந்து கோபம் வந்தது. அப்பா இவனது முதுகைத் தொட்டு சாந்தப் படுத்தினார்.

அந்தப்பக்கம் திரும்பியிருந்த பெரியவர், இதை உணர்ந்தது போல் தன்னைமாதிரி தான் காக்கையும், நாயும் என்பதுபோல் தன்நெஞ்சைத் தொட்டு அவற்றை நோக்கி கைகளைக் காட்டினார். அவற்றிற்கு மற்றோர் கவளம் போட்டுவிட்டு, தயிர்சாதத்தை சுவைத்து சாப்பிட்டார். அவரது முகமும் கண்களும் விரிய கண்ணீர் திரண்டு நின்றன. இவனது அப்பா, பெரியவரை உற்றுக் கவனிப்பதும், ஞாபகத்தைக் குடைவதும் போலுமிருந்தார்.

இத்தருணத்தில் ரயில் வந்தது. இவர்கள் அவரிடம் "போய் வருகிறோம்" என்று பெட்டியில் ஏற முயன்றனர். பெரியவர் எழுந்து பொட்டலத்தை வயிற்றில் அணைத்து எச்சில்கை என்று கருதாமல் இருகைகூப்பி வணங்கினார். கண்கள் பொழிந்தன. வண்டியில் ஏறியதும் இவர்களும் கையசைத்தனர்.

அப்பா இருக்கையில் அமர்ந்ததும் தனது கைப்பையைத் திறந்து ஆங்கில நாளிதழை விரித்து ஒன்பதாம் பக்கத்தில்

148 ஜனநேசன்

தென்மாநிலங்கள் செய்தி பகுதியின் கீழே இடதுஓரத்தில் 'காணவில்லை' என்ற தலைப்பின் கீழ் பிரசுரமானவரின் படத்தை ஒருமுறை பார்த்து புன்னகைத்து, இவனிடம் காட்டினார். "இந்தப் பெரியவருக்குத் தான் நாம் உண்ணக் கொடுத்தோம். சரியா." சீனிவாஸ்ராவ் -73. நினைவாற்றல் இழந்தவர். கடந்த பதினைந்து நாள்களாக காணப்படவில்லை. 15, பஞ்சார சதன், ஹிமாயத்நகர், செகந்திராபாத் என்று தொடர்பு எண்கள் குறிப்பிடப் பட்டிருந்தது "ஆமாம்ப்பா, இவரே தான். அவரை நான் அழைத்து வருகிறேன் "என்றான். கீழே இறங்கி அந்தப் பெரியவரிடம் ஓடினான். இதற்குள் அவர் சாப்பிட்டு கைகழுவி இருந்தார்.

"அய்யா, உங்களைப் பார்க்கும்போது எங்க மாமா மாதிரி இருக்கீங்க. வாங்க எங்களோட மதுரைக்குப் போவோம். நீங்க விரும்புறவரை எங்களோட இருங்க" என்று கைகளைப் பற்றிக் கொண்டான். திக்கு தெரியாமல் விழித்தவருக்கு வழி தெரிந்ததுபோல் கண்கள் மலர்ந்தார். சற்று தயக்கம் காட்டியவரை, இவன் வாஞ்சையோடு கைகளைப்பற்றி சென்று, இவர்களது இருக்கை அருகே அமரச் செய்தான்.

அப்பாவிடம் சாடை காட்டிவிட்டு டிக்கட் எடுக்க ஓடினான். இதற்கிடையில் அப்பா தனது வெள்ளைச்சட்டை ஒன்றை அவருக்கு கொடுத்து அணியச் செய்திருந்தார். நடப்புப் பதிவில் சீட்டு கிடைத்தது. பயணச்சீட்டு பரிசோதகரிடம் சொல்லி பெரியவரை தன் பெற்றோர் அருகே உட்கார்த்தினான். இவன் சற்று தள்ளி பெரியவருக் கான இருக்கையில் அந்த ஆங்கில செய்தித்தாளோடு உட்கார்ந்தான். விளம்பரத்திலிருந்த தொடர்பெண்ணில் பேச முயன்றான். வண்டி உற்சாகக் குரல் எழுப்பி புறப்பட்டது.

– பிப்ரவரி 2024, புதியஆசிரியன்

16. பூக்கும் தழும்பு

அமுதமுல்லை வீட்டுக்குள் பதற்றத் தோடு ஓடிவந்தாள். "பாரி, பக்கத்துவீட்டு முருகனை அவுங்கப்பா அடிக்கிறாருடா. பாவம் கதறி அழுகிறான். அவுங்கம்மா தடுக்குறாங்க, அவுங்களையும் தள்ளிட்டு, 'அதுவேணும், இதுவேணுமுனு கேப்பியா, நான் முடிஞ்சப்பதான் வாங்கித் தருவேன். அதுக்குமுன்னால கேப்பியா'னு கம்பால அடிக்கிறாருடா. முருகன் பாவம்டா. நீ போயி பாரேன்; அவரு குடிச்சிருப்பாரு போலிருக்கு ".

"நான் போகமாட்டேன்ப்பா. அவன் பாவம். நமக்கு தீபாவளிடிரஸ் எடுத்தாச்சு; நாளைக்கு பட்டாசு எல்லாம் எங்கப்பா வாங்கித் தருவாருன்னு அவங்கிட்ட சொன்னேன். அவன் அவுங்கப்பாகிட்ட கேட்டிருப்பான் போலிருக்கு. அதான் அவுங்கப்பா அடிக்கிறாருப்புல. சாரிக்கா. நான் அவங்கிட்ட சொல்லியிருக்கக் கூடாதுல்ல."

“நம்மப்பா நல்லவரு; நம்மலை அடிக்கிறதில்லை; திட்டுறதுகூட இல்லை; கேட்கிறதை வாங்கித் தர்றாரு. ஆனா அம்மாவை மட்டும் அப்பப்பத் திட்டுறாரு; ஏன்னு தெரியலை. அம்மாகிட்டத்தான் கேட்கணும்.”

அம்மா குறுக்கிட்டாள், “என்னடி ரெண்டுபேரும் என்னைப்பத்தி பேசுறீங்க, என்ன விசயம்?”

“ஒண்ணுமில்லைம்மா. பக்கத்துவீட்டு முருகன் தீபாவளிடிரஸ் கேட்டதுக்கு, அவுங்கப்பா அவனை அடிக்கிறாரு. நம்மப்பா எங்களை அடிக்கிறதில்லை. கேட்கிறதை வாங்கித்தர்றார். ஆனா உன்னை மட்டும் திட்டுறாரு ஏன்மா.”

அம்மா நாணத்தோடு சிரித்தாள். பாரி கேட்டான், “ஏம்மா சிரிக்கிறே, சொல்லிட்டு சிரி”. அம்மா மௌனமாகத் தலையைச் சொறிந்தாள். தங்களது தாம் பத்தியத்தை பிள்ளைகளிடம் எப்படி சொல்லமுடியும்.

“யம்மா, சொல்லும்மா. எதையோ மறைக்கிறே” என்று இருவரும் அம்மாவை முற்றுகையிட்டு அசையாமல் பிடித்துக் கொண்டார்கள். பெருமூச்சு விட்டு அம்மா சொன்னாள்.

●●●

முருகனைப் போல உங்கப்பாவும் உங்க தாத்தாகிட்ட நிறைய அடி வாங்கியிருக்கிறாராம். உங்கப்பா பாரி யாட்டம் ஆறாவது படிக்கையில், தெருப்பசங்களோடு சேர்ந்து கிட்டிப்புள், கோலிக்குண்டு, பம்பரமுன்னு விளையாடப் போயிருவாராம். அவரைத் தேடிப் போய்த்தான் உங்க பாட்டி, சாப்பிடக் கூப்பிட்டு வருவாராம்.ஒரு ஞாயித்துக்கிழமை உங்க தாத்தா உங்கப்பாவைத் தேடிப் போயிருக்கிறார். கிட்டிப்புள் விளையாட்டில் ஜெயித்ததுக்காக, தோத்த பையன்

உங்கப்பாவை தூக்கிச் சுமந்து நடந்து கொண்டிருந்தானாம். உங்க தாத்தா போய், உங்கப்பா முதுகில் அடித்து கீழே இறங்கச் செய்து வீட்டுக்கு கூட்டிவந்தார். 'விளை யாட்டுக்கு கூட யாரையும் நாம சுமக்கக் கூடாது. நாமலும் யார்தோள் மீதும் ஏறக்கூடாது' என்று அழைத்து வந்தார். முதலில் சாப்பிடச் செய்தார்.

பிறகு, 'ஏன்டா, வீட்டில உட்கார்ந்து படிக்கிறதை விட்டுட்டு, தெருபசங்களோட சேர்ந்து வெயில்ல சுத்தாதேன்னு, எத்தனை தடவை சொல்லியிருக்கிறேன். கேக்கமாட்டேங்கிற; தினமும் இப்படித்தான் செய்யிறியா மில்ல' என்று பேசிக்கொண்டே இருந்தவர், அடுப்பு நெருப்பில் காயவைத்திருந்த சிக்கெடுப்பானை எடுத்து, 'இந்தக்கால் தானே தெருவுக்கு ஓடுறது'ன்னு வலது கெண்டைக்காலில் சூடு வைத்துவிட்டார். உங்கப்பா புரண்டு கதறி அழுகிறதைப் பார்த்து உங்க தாத்தாவுக்கே கண்ணீர் வந்துருச்சாம். சூடு வைத்த இடத்தில் தேங்காய் எண்ணெய்யை கோழி இறகில தொட்டு, நோகாம இதமா தடவிவிட்டாராம். உங்கப்பா அழுதுகிட்டே தூங்கிட்டாராம்.

சாயந்திரம் நாலுமணிக்கு உங்கப்பா எழுந்திருச்சதும் முகங் கழுவச் சொல்லி, தாத்தா கடைவீதியில் சாந்தி பவனுக்கு கூட்டிப்போய் ஜாங்கிரியும், பகோடாவும், வனிலா ஐஸ்க்ரீமும் சாப்பிடச் செய்து வீட்டுக்கு கூட்டிவந்தாராம்."

முல்லை; "யம்மாடி, தாத்தா பயங்கர கண்டிப்பாகவும், பாசமாகவும் இருப்பார் போலிருக்கு".

பாரி; "ஏம்மா, அதுக்கப்புறம் அப்பா தெருவுல போய் பசங்களோட விளையாடலையா?"

"ஸ்கூல் கிரவுண்டுல போய் விளையாடுவாராம்."

“இதனால்தான் அப்பா எங்களை ஸ்கூல்ல எல்லா ஸ்போர்ட்ஸ்லும் கலந்துக்கச் சொல்றாரோ!”

“ஆமாம், விளையாட்டில் கலந்துகொண்டால்தான் உடலும், மனசும் ஆரோக்கியமா இருக்குமுன்னு அடிக்கடி சொல்லுவாரு.

கேளுங்க இன்னொரு சம்பவமும் இருக்கு. ஒரு தீபாவளி சமயம் வீட்டில ஒரு ரூபாய் எடுத்துட்டுப்போய் லட்சுமி வெடியும், சீனிவெடிச் சரமும் வாங்கிவந்து வீட்டு முன்னால தெருப்பசங்களோட சேர்ந்து வெடிச் சாராம். இதை உங்கபாட்டி உங்க தாத்தாகிட்ட சொல்லிட்டாங்க.’ இந்தக் கைதானே சொல்லாம காசு எடுத்துச்சுன்னு அடிஸ்கேல் எடுத்து வலது கையில் அடிச்சாராம். உங்கப்பாவுக்கு வலதுகை மணிக்கட்டு வீங்கி, துடியா துடிச்சாராம்.

இதைப் பார்த்ததும் தாத்தா கண்ணீர் பொங்க தனது வலதுகையை தரையில் அறைந்து கொண்டாராம். பாட்டி அவரைத் தடுத்து சமாதானம் பண்ணியிருக்கிறார்.’ இனிமேல் இப்படி செய்யமாட்டேன்ப்பா’ என்று உங்கப்பா சொல்லி அழுதாராம். இதிலிருந்து உங்க தாத்தா உங்கப்பாவை அடிக்கிறதில்லையாம். வாய் வார்த்தையில் கண்டிப்பதோடு சரி. உங்கப்பாவும் அடிவாங்கிறளவு சேட்டை எதுவும் பண்ணலையாம்.

இப்படி கட்டுப்பாட்டோட வளர்ந்ததுனாலதான், அவருகிட்ட கெட்ட பழக்கம் எதுவுமில்லை. அப்பா சம்பளத்தில் பாதிக்குமேல உங்களுக்குத்தான் செலவு செய்யிறார். உங்கப்பா உங்களை அடிக்கிறதில்லை; திட்டுறதில்லை. அப்பப்ப பார்வையால் முறைப்பார். இது புரிஞ்சு நீங்க நல்லவிதமா படிச்சு நல்லபேரு எடுக்கணும்.”

"அம்மா, அப்பாவுக்கு இன்னும் அந்த சூடுதழும்பு கால்ல இருக்காம்மா" முல்லை கேட்டாள். "இருக்கு. ஒருநாள் உங்கப்பா எண்ணெய் தேய்ச்சு குளிச்சப்ப என்கிட்டே காமிச்சு எல்லாத்தையும் சொன்னார். அந்தத் தழும்பைப் பார்க்கும்போதெல்லாம், தடவி பெருமூச்சு விடுவார். உங்க தாத்தா உங்கப்பாவுக்கு விட்டுட்டுப்போன நினைவுத் தழும்பு. இந்த தழும்புதான் என்னோட பேசுது; வழிகாட்டுதுன்னு சொல்லுவார்."

"முல்லை, நம்ம அப்பா கிரேட்! நாம இனி தேவையில்லாம அதுவேணும், இதுவேணுமுன்னு தொல்லை தரக்கூடாது, சரியா"

"டேய், நீ சொல்றியா.... நீ முதல்ல சொல்றதுமாதிரி நடந்துக்கப் பாரு."

"சரி, முல்லை ரெண்டுபேரும் நல்லபடியா நடந்துக்குவோம்" அம்மா தலையிட்டாள்; "சரி, நீங்க ரெண்டுபேரும் ஸ்நாக்ஸ் தின்னுட்டு, ஹோம்வர்க் செஞ்சுட்டு படிங்க. நான் சொன்னதெல்லாம் அப்பாகிட்டே சொல்லிறாதீங்க."

அப்பா வாங்கி வந்திருந்த பீட்சாவை தின்று, போர்ன்விட்டா குடித்துவிட்டு வீட்டுப் பாடத்தில் மூழ்கினர்.

மறுநாள் ஞாயிற்றுக்கிழமை அப்பா உறங்கிக் கொண்டிருந்தார். ஏழுமணிக்கு எழுந்த முல்லை, பாரியை எழுப்பி அவனது காதில் கிசுகிசுத்தாள். பாரி உற்சாகமாக எழுந்தான். இருவரும் பல்துலக்கி வந்தார்கள். அம்மா விடம் போர்ன்விட்டா கலக்கச் சொன்னார்கள். பாரி பூனைநடையில் அப்பாவின் படுக்கை அறைக்குள் நுழைந்தான். அமுதமுல்லை பின்தொடர்ந்தாள். அப்பா இடப்பக்கமாக ஒருசாய்த்துப் படுத்திருந்தார். பாரி மெல்ல படுக்கையில் அமர்ந்தான். வலதுகாலை

மூடியிருந்த லுங்கியை மெல்ல மேலேற்றினான். வலது கெண்டைக்காலில் கரும்பழுப்பு நிறத்தில் சிறு பூரான் ஸ்டிக்கர் ஒட்டிய மாதிரி தழும்பு இருந்தது. பாரி மெதுவாக நாலுவிரலால் தடவினான். முல்லையும் கைகளைக் கொண்டு போனாள்.

இதற்கிடையில் திடுக்கிட்டு அப்பா எழுந்து லுங்கியால் தழும்பை மூடினார். இருவரும் இடமும் வலமுமாய் அவரை அணைத்து, தொண்டை தழுதழுக்க, "அப்பா இனிமேல், தேவையில்லாமல் தொல்லை தரமாட்டோம். நல்லா படிச்சு உங்களுக்கு பெருமை செய்வோம்ப்பா!" அப்பாவின் கண்களிலும் கண்ணீர் ததும்பியது.

- புக்டே இன், ஆகஸ்ட் 2024

17. மதயானை புகுந்த தோட்டம்

'இந்த மனுஷர் மொட்டைமாடியில் தனியே என்ன பண்றார். ஒன்பதுமணி செய்தியைப் பார்த்துகிட்டே சாப்பிட்டவர், ஒரே சப்பாத்தியோடு கைகழுவிட்டு மேல போனவர், மணி பத்தரைக்கு மேலாகுது. கீழே வரக்கணோமே. நானும் அடுப்படி வேலைகள் எல்லாம் முடிச்சு ஒதுங்க வச்சிட்டேன். மாடியில் தனியே, அப்படி என்ன பண்றார்...' தனக்குள் முணங்கிக் கொண்டே மாடியேறினாள் மகாலட்சுமி.

தயாளன், வானத்தை அண்ணாந்து பார்த்து, வலது ஆள்காட்டிவிரலால் அசைத்து காற்றுவெளியில் எழுதுவது போலவும், அடுத்தநொடியில் கீழ்நோக்கி வலப்புறம் கழுத்தை சாய்த்து ஏதோ பேசுவது போலவும் காணப்பட்டார். மெல்லிய காற்றில் தலையில் நரைமுடிக் கற்றை நாணல்போல் ஒசிந்தாடியது. "ஏங்க, உங்களைத்தான்.. கூப்பிடறது கேக்கலையா, ஜாமமாகப் போகுது ஒத்தை யில் என்ன செஞ்சுகிட்டு இருக்கீக?"

தயாளன் மேற்குவானத்தை பார்த்தபடியே, போ, வருகிறேன் என்று இடக்கையில் சைகை காட்டினார். வளர்பிறை நிலாவை மேகம் மறைத்திருந்தது. மங்கலான ஒளியில் நட்சத்திரங்கள் இரைந்து கிடந்தன். அந்த அழுத்தமான அமைதிச்சூழலில், அவர் மௌனமாக எதோ பேசிக்கொண்டிருப்பது போல தோன்றும் அசாதாரண அசைவுகள் அவளுக்குள் திகிலூட்டியது. சிலவினாடிகள் கவனித்தாள். அவர் மீண்டும் வானத்தைப் பார்த்தார்; யோசிப்பதுபோல் மூக்கை நீவிக்கொண்டார்; வலது ஆள்காட்டிவிரலையும், நடுவிரலையும் அசைத்து எதோ பேசினார். நடுத்தலையை சொரிந்துகொண்டார். பின் மோவாயைத் தடவியபடி வானத்தை நோக்கினார். முகிலின் பிடியிலிருந்து நழுவ நிலா முயன்றுகொண் டிருந்தது.

அவரது செய்கைகள் அவளுக்கு அச்சமூட்டுவதாக இருந்தது. மாங்கலயத்தைத் கண்ணில் ஒற்றிக்கொண்டு சரசரவென இறங்கி, தயாளனின் நண்பர் பக்கத்துவீட்டு ஆனந்தத்தை கைபேசியில் அழைத்து, "அவர்நிலை சரியில்லை; அவசரம், உடனே வாங்கண்ணா" பதறினாள். ஆனந்தம் கைகால் நடுக்கத்தை மறைத்து "என்ன நடந்தது? எதுவும் கோவமா பேசினாரா? போன் எதுவும் பையன்கிட்ட இருந்து வந்ததா?"

"எதுமில்லண்ணே; ஒன்பதுமணி இங்கிலிஸ் நியூஸ் கேட்டுகிட்டே சாப்பிட்டுட்டிருந்தவர், ஒரு சப்பாத்தி தின்னதோடு மறு சப்பாத்தி வேண்டாமுன்னு, மொட்டைமாடிக்குப் போனவர்தான். ரெண்டுமணி நேரமாகுது; நான் கூப்பிட்டுக் கூப்பிட்டுப் பார்த்தேன்; நிமிர்ந்துகூட பார்க்கலை; ஒரு வார்த்தை பேசலை. அவரு நடந்துக்கிறதைப் பார்த்தா பயமா இருக்கு; நீங்களே வந்து பாருங்கண்ணா . நயமா பேசி, கூட்டிட்டுவாங்க."

"அழுவாதம்மா, நீ இங்கியே இரு; நான் பார்த்துக் கிறேன், கூப்பிட்டா மட்டும் வா" என்ற ஆனந்தம்

மெல்ல நடந்து அவரருகே அமர்ந்து, "என்னப்பா தயாளா, தனியா நட்சத்திரங்களோட பேசிகிட்டிருக்கே? ஐன்ஸ்டீன் மாதிரி புதுசா ரிலேட்டிவிட்டி தியரி கண்டு பிடிச்சுகிட்டு இருக்கியா? என்கிட்டவும் சொல்லுப்பா, நான் காப்பி அடிச்சு உனக்கு போட்டியா வந்துற மாட்டேன்!"

நிமிர்ந்து திரும்பிய தயாளன், "என்ன ஆனந்து, உனக்கும் தூக்கம் வரலையா, இந்நேரத்தில் தேடி வந்திருக்கே"

"நாடு போற போக்கில, எங்கே தூக்கம் வருது? நானாவது பொம்பளைப் பிள்ளையைப் பெத்தவன்; உனக்கு என்ன கவலை? மகன், மருமக அமெரிக்காவில சம்பாரிக்கிறாக! இப்படி தனியா உக்கார்ந்து நட்சத் திரங்களோட பேசிக்கிட்டிருக்கே?"

"அங்க பாரு, வேலை போச்சேன்னு அந்த நட்சத் திரங்கள் அழுது புலம்புதுக! அங்க பாரு, வாழ்க்கை போச்சேன்னு எரிநட்சத்திரங்கள் விழுந்து மாய்கின்றன! பெரிய அலைகள் படகைத் தூக்கி எறியும்போது சிக்கிய படகுநிலா, கவிழாமல் நிமிர போராடுறதைப் பாரு! இதைக் கண்டா தூக்கம் வருமா? இவுங்க மீளணும்; மறுபடியும் வாழணுமுன்னு அவுங்களோடப் பேசி நம்பிக்கை ஊட்ட முயற்சிக்கிறேன். நீயும் வா, அவுங் களோடு பேசலாம்"

"தயாளா உனக்கு என்னா ஆச்சு? இப்படி ராத்திரியில் நட்சத்திரங்களைப் பார்த்து புலம்புறளவுக்கு என்ன நடந்தது?."

"ஆனந்தம், என்னத்தைச் சொல்ல? இந்த ரெண்டுநாளா நியூஸ் கேட்டேயில்ல? அமெரிக்காவில ஒரு பெரிய பேங்கு திவாலாகிருச்சாம். இந்தபேங்குல தான் என்

மகன் வேலை செய்யிறான். இப்போ அந்த பேங்கு திவலாகிருச்சுன்னா அவன் குடும்பநிலை என்னாகும். அந்த பேங்கு கடனில் தொடங்கிய தொழில்களும், வேலை பார்க்கும் தொழிலார்கள் குடும்பங்களும் என்னவாகும்? இந்த வீட்டுமேல வாங்கின கடனை ஆறுமாசத்துக்கு முந்திதான் அடைச்சுட்டு, புருஷன் -பொண்டாட்டி ரெண்டுபேரும் சேர்ந்து இந்த பேங்கில கடன் வாங்கி டெக்சாசில் பதினெட்டாவது மாடியில் ஒருவீடு வாங்கினார்கள்.

வீடு தான் சொந்தமுன்னு பேரு. ஆனா வீட்டின் எந்த சுவரும் சொந்தமில்லை.! இப்போ வேலை பார்த்த பேங்கும், வீட்டுக்கடன் வாங்கின பேங்கும் திவாலாகிப் போச்சு. இப்போ வயித்துப்பாட்டுக்கு என்ன செய்வாங்க? வாங்கின கடனை எப்படி அடைப்பான்கிற கவலைதான். மேலே வந்து போன் போட்டேன். இணைப்பு கிடைக் கலை. தூக்கம் வரலை. வானத்தை பார்த்துகிட்டிருக்கேன். நட்சத்திரங்கள் எல்லாம் புலம்புதுக! அங்கபாரு அந்த நிலாப்படகு நிலை நிறுத்திக்க படுற பாட்டை! நமக்காவது மொட்டைமாடி இருக்கு. அவனுக்கு ஆறுதலுக்கு என்ன இருக்கு?”

“தயாளன், நீ கவலைப்பட்டு ஒன்னும் ஆகப்போற தில்லை! உன் மருமக வேலை பார்க்கிறா. அதை வச்சு தற்சமயம் சமாளிச்சுக்குவாங்க. இதுக்கிடையில் உன்மகன் கெட்டிக்காரன், வேற கம்பனிகள்ள முழுநேர வேலை யிலோ, ரெண்டு கம்பனிகள்ள பகுதிநேர வேலைகள் பார்த்தோ சமாளிச்சுருவான். நீ அவனுக்கு தைரியம் சொல்றதை விட்டுட்டு இப்படி தனிமையில் புலம்புறது னால என்ன ஆகப்போகுது?”

“ஆனந்தம், நீ சொல்றது எனக்கு புரியுது. என் மருமகள் வேலைபார்க்கிற கம்பனிக்கும் இந்த திவால்பேங் தான்

கடன் கொடுத்திருக்காம். அப்போ அந்த பேங்கு திவாலா னால் எனது மருமக வேலைக்கும் ஆபத்து வரலாம். இருவரும் வெளியே வந்தபின்னால், முன்பு வாங்குன சம்பளமே அவுங்களுக்கு கிடைக்கும்னு உறுதியில்லை. கிடைக்கிற சம்பளங்களை வைத்து இருவரும் சமாளிக்க முடியாமல் அந்நிய தேசத்தில் பிள்ளைகுட்டிகளோடு அவதிப்படுவார்களே! இது போன்று எத்தனை ஆயிரம் பேர்களோ... நினைச்சுப் பார்க்கவே படுபயங்கரமாக இருக்குப்பா; எத்தனை பேர் பிழைப்பார்களோ?"

"தயாளன், உன் கவலை எல்லாம் சரிதான். இந்த செய்தியில் இன்னொரு செய்தியையும் கவனிச்சியா, அமெரிக்க அரசு, இந்த வங்கியில் முதலீடு செய்தவர் களுக்கு பணம் திரும்பக் கிடைக்க ஆவன செய்யப்படும் என்று அறிவித்துள்ளது. அதே நேரத்தில் உலக பணக் கார்களில் ஒருவர் அந்த திவால்வங்கியை தான் வாங்கத் தயார் என்று அறிவித்திருக்கிறார். இதை எல்லாம் இணைத்துப் பார்த்தால், அந்த வங்கி மீண்டும் வேறொருவர் நிர்வாகத்தில் இயங்கும், பொருளாதார நெருக்கடி என்ற பெயரில், வங்கியில் முதலீடு செய்யப் பட்ட மக்களின் நலன் என்ற பெயரில், அந்த வங்கி தொடர்பான அத்தனை நிறுவனங்களில் வேலை செய்பவர்களின் ஊதியம் குறைக்கப்படும். சம்பளக் குறைப்பை விரும்பாதவர்கள் வெளியேறலாம் என்று அறிவிக்கப்படும்! வெளியேறியவர்கள் பணியிடத்தில் குறைந்த சம்பளத்தில் புதியவர்கள் நியமிக்கப்படுவர்.

ஆனால் திவால் அறிக்கை கொடுத்த முதலாளி தனக்கான உரிமைத் தொகையை புதிய முதலாளியிடம் பெற்றுக்கொள்வார். ஊதியக்குறைப்பை, விரும்பாதவர் பணியில் குறைந்த ஊதியத்திற்கு புதியவர்கள் அமர்த்தப் படுவதால் இலாபம் குறையாது. இது உலகம் முழுவது முள்ள இவ்வங்கி தொடர்பான நிறுனவங்களிலும் நிகழும். ஒட்டுமொத்தமாக இது பெருமுதலாளிகள்

நடத்தும் நாடகம்! இதை நீ போகப் போகப் புரிந்து கொள்வாய்."

"ஆனந்தா, ஏய் என்னப்பா இவ்வளவு சுலுவா சொல்றே! அந்த வங்கி நிறுவியவருக்கு, கௌரவப் பிரச்சினை இல்லையா, சுயலாபத்துக்காக யாராவது பேரைக் கெடுத்துக் கொள்வார்களா? தனது நிறுவனத்திற்கு உழைத்தவர்கள் வாழ்வைக் கெடுத்த பாவத்தைச் செய்ய விரும்புவாரா?"

"நீயும் ஒரு வாத்தியாரா முப்பது வருசம் குப்பை கொட்டிட்டு இவ்வளவு அப்பாவித்தனமா கேட்கிறே? லாபவெறி பிடித்த மதயானை தோட்டத்திற்குள் ஓடும்போது எத்தனை பயிர் மிதிபடுது, எத்தனை உயிர் அழியுது, எத்தனை முள் உடலில், காலில குத்துது? என்றெல்லாம் நினைக்குமா, தன் வெறி தீர்க்க என்ன கிடைக்குமுன்னுல்ல திரியும்?"

"நீ சொல்றது தர்க்கரீதியா சரிதான். ஆனால் வாழ்வு இழந்தவர்கள், மனம் பிறழ்ந்து துயரப்படுறவங்க குடும்பங்களை நினைச்சுப் பார்த்தால் மனம் ஒப்பல்லையே."

"தயாளா, இன்னிக்கு தொழில்நுட்பம் விரிந்து உலகம் சுருங்கிருச்சு. எந்த நாட்டு வேலையையும் இங்கிருந்தபடியே செய்யலாமுனு கொரோனா கத்துக்குடுதுருச்சு! நீ உனது மகன் மருமகளை குடும்பத்தோடு வரச் சொல்லு. அவர்களது திறமைக்கேத்த வேலையை ஏத்துகிட்டு இந்தியாவில் இருக்கச் சொல்லு. இங்க சம்பளம் குறையலாம்; ஆனால் செலவும் குறைச்சு; நிம்மதி கூட! உள்நாட்டில அம்மா அப்பா சொந்த பந்தங்களோட திருப்தியா இருக்கலாம்."

"அதை அவன் ஏத்துக்குவானா, அப்படி ஏத்துக்கிட்டாலும் பொருளாதார இழப்பு, வசதி குறைப்புன்னு மனநிலையைப் பாதிக்காமல் சமாளிக்கணுமே."

உருமாற்றம்

"உள்நாட்டின் எதார்த்தம் அவனுக்கு பலவற்றை சொல்லித்தரும். இப்போ தெருவில் பூவோ, தக்காளி, வெங்காயம் போன்றவற்றை விற்கும் காய்கனி விற்பனை யாளாரோ, விளைச்சல் காலத்தில் நல்ல லாபத்தோடு வாடிக்கையாளருக்கு விற்பார். அவரே பொருள் கிடைக் காத தட்டுப்பாட்டு சமயத்தில், தனக்கான குறைந்தபட்ச லாபத்தில் வாங்கிய பொருளை விற்று வாடிக்கையாளரைத் தக்க வைத்துக் கொள்வார். அவரது வாழ்கையும் நெருக்கடி இல்லாமல் நகரும். இந்த ஞானமும், தெளிவும் உனது மகன் மருமகளுக்கும் கிட்டலாம். அவர்களை வரச்சொல்லு!"

ஆனந்தம் கைகொடுத்து தயாளனை எழுப்பினார். தயாளன் எழும்போது வானத்தை பார்த்தார். மறைத்த முகிலிலிருந்து தப்பி நிலா ஒளிர்ந்தது. இன்னும் சில நாள்களில் பௌர்ணமி வரும் என்று ஆனந்தம் சொன்னார்.

– வையம், ஜூலை 2023